Stasis sa Kulay ng Pastel Asul

Translated to Filipino from the English version of

Statis in Pastel Blue

Evgeniya Dineva

Ukiyoto Publishing

Ang lahat ng global publishing rights ay pag-aari ng

Ukiyoto Publishing

Naipalimbag noong 2023

Copyright sa Nilalaman © Evgeniya Dineva

ISBN 9789360166120

Lahat ng karapatan ay nakalaan.

Walang bahagi ng publikasyong ito ang maaaring muling maiproseso, maipasa, o maisilid sa anumang sistema ng paghahanap, sa alinmang anyo o pamamaraan, elektroniko, mekanikal, pagkokopya, pagrerekord o iba pa, nang walang naunang pahintulot ng publisher.
Ang mga moral na karapatan ng may-akda ay naipahayag.

Ito ay isang gawa ng kathang-isip. Ang mga pangalan, mga karakter, mga negosyo, mga lugar, mga pangyayari, mga lokalidad, at mga insidente ay produkto ng imahinasyon ng may-akda o ginamit sa kathang-isip na paraan. Ang anumang pagkakahawig sa tunay na mga tao, buhay man o patay, o tunay na mga pangyayari ay puro kaso ng kahalintulad na mga pangyayari.

Ang librong ito ay ibinibenta sa ilalim ng kondisyon na hindi ito maaring ipamalit, ibenta, ipautang, o ipakalat sa anumang ibang anyo ng pagkabit o pabalat maliban sa sa kung saan ito inilathala, nang walang pahintulot ng publisher.

www.ukiyoto.com

Sa Aking Ina

Mga Pasasalamat

Nais kong magpasalamat sa mga editor ng sumusunod na mga journal kung saan unang lumabas ang mga tula at maikling kuwento:

Ang Scent of Orange ay unang nalimbag sa Gulmohur Quarterly sa India at The Annual Short Story Anthology ng Running Wild Press sa US.

Ang We Fade in Monochrome ay unang nalimbag sa isang anthology ng maikling kuwento, Ukiyoto Publishing.

Red Ogre Review: "Stabbing Jellyfish and Getting Away With It"

Havik Anthology 2022 at Dare-Zine: "My Heart-Shaped Bruise"

The Trouvaille Review: "Nighthawks But It's A Tuesday Afternoon"

Poetic Sun: "Music in Green and Blue"

Dare Zine: "Before You Were Pixels," "Scales of Good Fortune," at "Soft Edges"

Nilalaman

Tula   1

Pagtusok Sa Jellyfish At Nakaligtas	2
Ang Sugat Kong Puso Na Parang Puso	4
Isang Ganap Na Bilog	6
Mga Nighthawks, Ngunit Ito'y Isang Hapon Ng Martes	8
Mga Alitaptap Sa Venus	11
Ang Magnanakaw Ng Oxygen Sa Aking Bakuran	12
Musika Sa Berde At Bughaw	15
Malalambot Na Gilid	17
Bago Ka Maging Mga Piksel	18
Mga Sukat Ng Magandang Kapalaran	19
Mga Forget-Me-Nots	20

Maikling Kuwento   22

Ang Amoy Ng Kahel	23
Ang Lahat Ng Mga Pagbati Sa Kaarawan	33
Pagbibilang Ng Mga Pulang Peonies Sa Bubungan	51
Hugis-Dagat Na Espuma At Mga Pangarap	53
Mga Parang Na Pula Ng Strawberry	55
Aranyhíd	58
Nalulumay Kami Sa Monokroma	61
Puti Ng Acadia	83
Ang Buong Mundo Ng Narito	88
Mga Daang Karbon	89

Tungkol sa May-Akda   91

Tula

Pagtusok Sa Jellyfish At Nakaligtas

Ang aming mga paa'y lumulubog sa buhangin
habang ang karagatan ay lumulura ng mga lumot
na naka-igapos nang mahigpit
at mahirap hawakan ng aming mga daliri,
ginagawa kaming mga hayop ng karagatan rin.

Sa gitna ng mga kahigpitan,
napapansin ko ang mga kamay na pilak
na nakalatag ng walang pag-aalinlangan.
Ang mga dati'y nakamamatay na tentakulo
ay ngayon ay walang-malay na mga kuwelyo
na nakasalansan sa mga lumot:

mga katawan na nabatak mula sa mga kamay,
nang wakas ay malaya sa lason,
hindi na ang mga nakapangingilabot na nilalang
mula sa mga kuwentong aking binasa noong ako'y anim na taon.

Pinapanood mo ako nang walang pagkibo
habang kumuha ako ng patpat
upang ipasok sa mga katawang tulad ng sabon.

Hindi ko pa ito kailanman nagawa,
ang nakalilibang na pagsasaliksik na ito,
kaya nalilito ako nang ang aking mga mata
ay tumama sa iyo,

ang aking ngiti ay sinalubong ng pagkabahala
nang ipasa ko sa iyo ang patpat
at ikaw ay tumango ng *hindi*.

Sa ibang pagkakataon, titignan kita
na nawawala sa sinasagisag na daan ng sikat ng araw;
aalalahanin ko ang iyong pagkadismaya
na nakikita sa kanilang kumikinang na balat.

Ang pagtusok ng iyong maliit na patpat
sa patay na kalamnan ay hindi masasaktan ito.

Alam mo na magagawa mo ito.

Ang Sugat Kong Puso Na Parang Puso

Ang maputing usok ng diwata ay umaalis sa mga labi
at yumayakap sa manipis,
ganap na kilalang mga daliri
ng iyong magandang mga kamay -
dumadaloy noon sa paligid ko, sa loob ko -
ang amoy na sumasayaw sa itaas natin at natutunaw
sa mabahong hangin
ng kuwarto sa motel sa sulok ng 45th at Elm.
Ito ang oras na ako'y pinakamasaya,
ito ang oras na ako'y pinakalungkot
habang tumitig ako sa mga numero ng orasan na natutunaw
sa liwanag ng pagsikat ng araw
na nagbabanta na pasukin
sa pamamagitan ng makapal na kurtina.
Ako'y isang kalat-kalat na bahagi ng tao,
mga litid, buto, at sila'y malambot,
ikaw ay aalis
at ako'y naririto

kalat

wasak

habang ang aking paghinga'y unti-unting napapawi,

ito ang aking patunay na nangyari ito,

ito ang aking sugat na hugis-puso,

hindi na magbabago kahit anong mangyari sa hinaharap.

Isang Ganap Na Bilog

Tinutusok ko ang aking daliri
sa isang marupok na talahib.
Ang pula ay tumutulo pababa sa aking palad,
sa aking braso
at bumabagsak bilang makapal na patak
sa sariwang malambot na lupa.
Dugo ang bumabara sa daigdig
hanggang sa ito'y basaan at mawala sa kanya
at hanggang sa isang bagong tangkay
ay lumalaki mula dito.

***

Ang matamis na sirap ay dumadaloy
pababa sa iyong mga labi
at bumabalong hanggang sa iyong baba,
kaya inaabot ko ang aking kamay
upang punasan ang katas
gamit ang aking daliri
at dahan-dahang inilalapit ito sa aking mga labi

upang dilaan ang matamis na likido
na dati'y nauugnay
sa iyong balat.

Mga Nighthawks, Ngunit Ito'y Isang Hapon Ng Martes

Ang mapula't malambot na amber ay tumatagas
sa pamamagitan ng makapal na window blinds
upang tumulo sa loob na may mabibigat na patak,
ang kulay ay katulad ng mga daffodils ng tag-araw.
Ito'y iniwan ng basang, sinunog-na-kahelang mga tanda
sa itim na sahig ng mga tiles
habang patuloy itong pumapasok
sa malaking silid.
Ang likidong sinag ng araw ay umaalis
sa paghipo sa madilim na ibabaw
ng isang maliit na lutuang mesa
na maayos na nakalagay sa dilim
ng isang walang laman na kainan sa 52nd Street.
Ang ilaw ay kumakalat
na bumubuo ng sayaw na crescendo
ng libu-libong alikabok na bahagi
at sila'y umaawit ng malambing
sa ilalim ng nakakatulog na tunog

ng jukebox, na tumutugtog ng
isang kahit-noon ay nalimutan nang tugtugin
ng isang pop-song mula sa dekada ng 90.
Habang lahat nito'y nangyayari,
ang naglalakad na mga kamay
ng orasan na nakabitin sa pader laban sa bar
ay humahawi gamit ang kanilang mahahabang kuko
sa mukha ng panahon upang maiwan ang orasan
na may mga hindi nakikitang mga sugat
ng mga nasayang na minuto na lumipas
at sa huli'y nawala.
Ang silya sa kabilang bahagi ng akin ay walang umuupong tao.
Tumingin ako pababa at tinalian ang aking mga mata
sa natutunaw na krim
ng aking malaking vanilla shake.
Pinanood ko ang mabibigat na pulang cherry
na unti-unting bumababa,
nawawala sa mahiwagang yakap
ng aking ikalawang inumin.
Inihulog ko ang ulap-silver na kutsara
sa baso at patuloy na nagbibilang.

Sinabi mo na labis akong bata kasi palagi akong
nagpipili ng pinakamatamis
mula sa menu.
Iniisip ko na bata ako dahil lagi akong
nag-aanyayang lumabas at umaasa
na ngayon ay darating ka.

Mga Alitaptap Sa Venus

Ang simoy ng gabi'y nagtatago
sa mga dahon ng puno
nagugulat ang mga ito
habang ang hininga nito'y dumadaloy
sa mga daliri nating magkabigkis.
At sinasabi mo sa akin
tungkol sa kuwentong iyon na matagal nang
nangyari
ng alitaptap na umibig
sa Venus
na iniisip niyang ang planeta'y katulad niya
isang marupok at kumikinang na nilalang
ng mga gabi ng kabataan.

At nagtataka ako habang tinitingnan ang kalangitan
kung ang sino man doon sa itaas ay nakakakita
 sa mundo tulad ng ating pagtingin sa kanilang planeta
-

isang gintong alitaptap sa walang hanggang kadiliman
sa itaas.

Ang Magnanakaw Ng Oxygen Sa Aking Bakuran

Itinatagilid ko ang aking ulo at tumingin paitaas

sa kalangitan na kulay bughaw na may walang-hanggang kislap

at pumikit ang aking mga mata laban dito.

Naalala ko ang sinabi ng isang kaibigan kong manliligid

na naguluhan ang bughaw ng kalangitan sa

pangisdaan habang gumagawa siya ng simpleng talon,

kung paano may nangyaring mali,

na kadalasang nangyayari sa simpleng mga bagay,

at iyon ang wakas ng kanyang mga pangarap.

Naisip ko kung gaano kasindak iyon -

na malito ang hangin na iyong nilalanghap

sa lupa kung saan iyong inilalatag ang iyong mga paa.

Gayunpaman, tinitingnan ko ang itaas

at ako'y nagsisimula nang magtaka kung gaano kalalim ang kalangitan,

gaano katagal bago malunod dito.

Bigla akong umupo nang sabay-sabay

takot na malunod sa ipu-ipong bughaw
at makaligtas nang muntik na lamang
habang tinitingnan ang aking paligid.
Ang sikat ng araw na kulay sinunog-na-kahel
ay tumutulo sa lahat ng bagay,
at ang aking krisantemo ay nagbunga na rin
sa unang pagkakataon sa pitong taon.
Ang usok ng aking nakalimutang tsaang katas na kamomile
ay umaagos sa ibabaw ng sinag ng araw na kulay-amber
upang gumawa ng isang ganap na bilog
at sa huli'y matunaw sa malamig na hangin.
Ang hugis ay nawawala
at nagtatago sa gitna ng malalagong dahon
ng punong sugar maple sa aking maliit na bakuran
upang sumama sa kanilang sayaw
sa melodiya ng mahangin ng taglagas.
Tumitig ako sa ibabaw ng tasa ko,
ang porseleyno ay nagpapainit
sa pamamagitan ng aking mga daliri.
Ito'y tumatulo pababa at sumasama sa liwanag
na sumasayaw sa aking mga braso,

hanggang sa ito'y nagtatabas sa aking dibdib.

Ang aking labradortorium na labing-dalawang taong gulang ay kumuha ng sangang

lumaro at tumingin sa akin,

naghahanap ng pag-ayon.

Tumitingin ako sa aking telepono

at bigla itong lumalaki

nagbabanta na punuin ang buong lamesa ng hardin

kung saan ko ito iniwan. Ito ay isang malaking itim na butas

na hindi maiwasang pumasok sa aking periferikong paningin

at ang patay na screen nito'y nagpapaalala sa akin

na ang kaligayahan ay hindi kailanman nasa iisang lugar.

Ito'y isa na paalala,

dumarating sa isang huling hapon ng Martes

na hindi mo inaasahan,

ang senyales na ang iyong mundo'y gumagaling

habang ang iyong aso ay nguyain ang isang naputol na sanga.

Kumuha ako ng napakabigat na bagay

at pindutin ang "burahin ang kontak" na buton.

Muli.

Musika Sa Berde At Bughaw

Isang beses, sinulat ni Georgia O'Keeffe
sa isang liham sa isang kaibigan,
"Nakakuha ako ng inspirasyon mula sa tanawin.
Sana makita mo ang nakikita ko."
Ngunit hindi ko magawa iyon.
Kaya't tumingin ako sa aking bintana -
mga lumang, abong mga gusali
na naguguho sa ilalim ng
mabahong kalangitan.
Ang hangin ay nagdadala ng dumi, naglalatag
ng mga naputol na piraso ng plastik na tinidor
upang umiral sa mga sanga
ng mga hubad na puno
na tila mga buto sa kalawakan.

Kinuha ko ang aking pluma,
nakalagak nang maluho
sa pinakawalang-laman na lata ng beans.
Ang lasa nila ay katulad ng umiinom kong

lumang alak sa aking baso,

At hindi ko maipakita kung alin ang lasa ng anong bagay.

Natagpuan ko ang isang walang laman na papel

na pinahiran ng mga tuldok

ng isang pula na nakababaw.

Sa wakas, natagpuan ko ang isang malinaw na lugar kung saan

nagsisimula akong sumulat ng aking liham kay Georgia.

Kung mayroon akong isang bagay na pwedeng tanungin,

marahil ito ay maririnig:

"Pwede pa rin ba tayong gumawa ng sining

kung ang mundo sa paligid ay naglalaho

papunta sa mga molekula nito

tulad ng lumang gusaling tinitingnan ko,

tulad ng isa pang hubad na puno ng peach,

mula sa isa pang nalimutang

kuwento ng anim na libong taon."

Malalambot Na Gilid

Ito ang panahon ng taon
kapag ang hangin ay nagiging malamig
sa mga gilid ng umaga,
ang hangin na pumapasok sa mga kahawak-hawak
ng mga nalimutan na bintana.
Ito ang oras ng pagbaba ng liwanag
kapag ang mga abong ulap ay natutunaw
at ang araw ay umaakyat
sa ibabaw ng natutulog na lungsod.
Nag-aantok ako at nagblink
ngunit pagkatapos ay nagiging malabo
ang mundo, nagiging pagsayaw na palang
ng init at katahimikan
habang ako'y tahimik na nakahiga sa malambot na karpet
ang mga daliri mo'y nagtatagpo sa akin.

Bago Ka Maging Mga Piksel

Tinitigan ko ang mga walang-kawalang piraso
na naglalakbay
walang pakiramdam at katahimikan
sa walang-hanggang pag-ikot ng
kalituhan at kawalan ng kasiguraduhan.
Ngunit kita kita kita kita
sa gitna ng buong
kakaibang organisadong kaguluhan at kalituhan.
Dahil alam ko na ikaw ay nandoon kahit saan
bago ka pa man maging mga piksel.

Mga Sukat Ng Magandang Kapalaran

Ang aking mga mata'y nagsasara sa mundo
ngunit alam kita sa pamamagitan ng halik.
Mayroong kadiliman at lamig na naroon
at pagkatapos nagbabago ang agos -
ito'y kumukuha sa atin at nagdadala
sa isang hindi kilalang lugar.
Ang mga koi'y sumusulong sa isang palubog-lunod na sariwa
ang kanilang mga kaliskis ay kumikinang
sa isang sayaw ng lila't mint
upang hanapin ko sila sa paligid natin
kapag muli kong binuksan ang aking mga mata.
Silang mga koi'y umaagos at humihinga
kasabay ng ating magkakasalansan na mga braso
upang bumuo ng isang ganap na bilog.
At pagkatapos nagtatanong ako -
tayo ba'y lumalangoy
patungo sa lahat ng liwanag sa itaas natin
o tayo ba'y bulag na nalulunod?

Mga Forget-Me-Nots

Tanawin hanggang sa kalawakan
Sinusundan ko ang mga linya ng
natatakpan ng niyebe'ng higante
na nakaupo sa malayuan
takpan ang paglubog ng araw.
Ang aking mga paa'y naglakad sa batong landas
mga sanga't dahon na lumilikot
kagulintangan, kagulintangan, kagulintangan
sa ilalim ng aking timbang
at ang mga maya ay
naglalayag sa himpapawid
na may pinakamalakas na kasagutan.
Hindi ko kayang takpan ang aking mga tainga
ang aking mga kamay ay abala
ang mga mata'y hindi makakita.
Kaya't patuloy akong naglalakad -

sa naglalaho na takipsilim hanggang sa maabot ko ang lugar.

Sa marmol na plato

na may iyong pangalan.

Inilalagay ko ang mga tangkay

pito, hindi lima

ni hindi tatlo

at iniwan ang pagsabog na ito ng bughaw

na nakahiga

diretso sa itaas ng iyong katawan.

Maikling Kuwento

Ang Amoy Ng Kahel

Lahat ng tren ay tila pare-pareho sa akin. Palagi na itong ganoon. Hindi mahalaga kung nasa Asya ako, o sa bahay, o kahit saan, ang pagiging nasa istasyon ay katumbas ng pagpasok sa kawalan, at ito ay nagdudulot ng napakalaking stress sa aking nervous system. Ang dahilan ng aking kamatayan ay maaaring sobrang excitement o sobrang stress, na parehong dahilan ay sa bandang huli ay pareho.

Dito sa Africa, ang mga istasyon at riles ay hindi naiiba sa mga nasa Europa halimbawa, lamang mas mainit ito, mas siksikan, at mas makulay ang mga tao. Maliban doon, nervously akong tumitingin sa mga oras ng pag-alis at mga bilang ng mga sasakyan, umaasa na hindi ako sasakay sa maling tren.

Nasakay ako sa maling tren.

Ako ay nasa tren patungong Fes at napagtanto ko ito dalawang oras matapos tayong umalis. Marahil, kinuha ko ang puwesto ng ibang pasahero noong una akong sumakay, at nang dumating ang tunay na may-ari ng puwesto, pareho kaming napakunot-noo sa aking tiket na nagsasabing Sidi Ifni. Ang lalaki ay sapat na magalang na umupo sa ibang puwesto upang hindi makagambala sa aking kumport habang ako ay nanatiling nakaupo sa sulok habang siya ay nagpatuloy sa isang bakanteng puwesto.

Wala akong ideya kung nasaan ang Sidi Ifni, o gaano kalayo ako mula sa dapat kong mapuntahan. Sa alinmang paraan, masyado nang huli para sa pagkabahala at mayroon pa ngang ilang oras bago tuluyang magdilim. Pwede akong bumaba sa susunod na istasyon. Palaging may susunod na istasyon.

Ang aking telepono ay walang baterya, wala akong power bank at ang tanging bagay na maari kong gawin ay magsulat ng artikulo na dapat kong ibigay kaninang umaga. Tinitingnan ko ang kaunting mga bagay na nasa akin at nakakita ako ng isang notebook at panulat. Sapat na ito dahil hindi naman ako gaano karami ang isusulat. Isa sa mga pangunahing pagkakaiba sa pagitan ng mga manunulat na palaging naglalakbay at nagsusulat tungkol dito at ako ay na hindi ako makapagsulat kapag naglalakbay.

Ang amoy ng balat ng kahel ang nagpupuno sa kahalumigmigan ng hangin at isinara ko ang aking mga mata sa walang kabuluhang pagtangka na maging tumpak ang aking mga saloobin tungkol dito. Ang mga kahel ay malamig, tama ba? Ayon sa isang pag-aaral, ang kahel ay may "isa sa pinakamalakas na pisikal na epekto sa anumang kulay". Hindi natin ito maaaring balewalain. Ito ay nagpapaliwanag kung bakit ang mga tao ay may malalim na reaksyon dito. Ito ang kulay ng Svadhisthana. Ang pagbubukas ng chakra ay "magpapalaya sa kakayahang magkaanak at likas na pagkamalikhain."

Alam ko ito dahil alam ko ang lahat ng uri ng walang saysay na mga bagay.

May mga kahel saanman sa Morocco, tumutubo sa mga parke, sa mga kalye, at pinagsasama-sama sa mga kariton ng mga sampung-taong gulang na batang nagtitinda nito para sa barya sa pamilihan.

Dapat bang isulat ko ang tungkol sa mga batang sumusulat ng kanilang takdang-aralin sa mga pira-pirasong papel, tulad ng ginagawa ko ngayon? Sinusubukan kong maging orihinal. Iyan ay hindi ang mga bagay na nais marinig ng mga mambabasa ng journal.

"Ang aming mga kustomer ay nagugustuhan ang mga kuwento ng paglalakbay, mga bagay na nais nilang matuklasan mismo. Ito ang paraan kung paano mo ina-advertise ang isang destinasyon."

Tumutulak ako laban sa sakit ng ulo, na nagbabanta na maghiwa-hiwalay ang aking ulo sa dalawang bahagi. Ang aking papel ay sobrang walang laman kaya't lalong lumala ang sakit ng ulo. Sinimulan kong sumulat ng isang paglalarawan ng mga pamilihan, ang paghahalo ng mga pampalasa, tela, at mga insenso. Pagkatapos, ang mga imahe - ang mga pusang hindi alaga at mga aso, ang mga batang nagsisimula nang magtrabaho sa edad na anim na taon, ang mga taong bumibiling mabagal mula tindahan hanggang tindahan, mula kariton hanggang kariton - ang umalipusta sa aking isipan.

Doon na ako huminto.

Malapit sa akin, tatlong pasahero ang nanonood ng football sa kanilang mga telepono. Ang football ay buhay dito at may laro ngayong gabi. Ang pangkaraniwang bagay sa mga batang nakita ko sa Medina ng Marrakech, sa mga makitid na kalye ng Yousoffia, o sa beach ng Casablanca ay iyon nga - football.

Ang mga bata sa lahat ng dako ay bumabati sa iyo ng "Ako si Ronaldo, at siya si Mbappé," na may ngiti na walang ngipin habang mahigpit na yayakapin nila ang kanilang mas batang kapatid, habang ang iba pang mga batang lalaki ay patuloy na nag-aagawan para sa bola dahil hindi pa nila nakuha ang sapat na tapang na lumapit sa iyo at bigyan ka ng pangako na maglalaro sila para sa Madrid balang-araw.

Ang kanilang mga kilos ay para bang mga matatanda. Sa huli ay nagtataka ako kung ito ba ay dahil gusto nilang tularan ang pagkilos ng mga matatanda, o sapilitan silang naging matatanda nang maaga. Nang tanungin ko ang aking mga estudyante kung ano ang gusto nilang maging, sinabi nila, "sikat."

Ang paghangad na maging isang masipag at matagumpay na atleta sa Morocco ay katumbas ng pagnanais na maging agad-agad na sikat nang wala namang kabuluhan sa Tik-Tok sa ilang lugar.

Ang mas matandang lalaki sa kaliwa ko ay tahimik na nananalangin at ang tunog ng aking pen na tumatama sa papel ay sinusundan ang ritmo ng mga banal na salita. Ang araw ay naglalabas ng mga bahagyang kulay kahel sa puting mga pahina ng notebook, saka bumababa sa upuan, saka umuusad pabalik sa mga kamay ng mga babae sa kanan ko. Ang kanilang mga kamay ay takip ng henna at nagtataka ako kung gaano kahaba ang mga intricately na guhit sa kanilang balat. Ang buhok ay natatakpan ng hijab, pero ang kanilang mga ngiti ay malawak at mainit kapag nahuling tinatitigan ko sila nang hindi magalang at saka humihingi ng paumanhin. Pero binabati nila ako at inaalok na gumawa ng henna para sa akin kung gusto ko.

May nagtatawag sa telepono. Sumasagot ang isang batang lalaki.

Narinig ko ang ilang mga salita:

Ama.

Ina.

Oo, huwag kang mag-alala.

Batiin mo si bibi.

Nangako siya na tatawagan niya kapag dumating na siya roon.

Tumawag pa sila ng dalawang beses pagkatapos niyang ibaba ang unang tawag.

Noong ako ay isang mag-aaral sa India, may kasamahan akong Sudanese na nagsabing hindi pa siya nagkakaroon ng isang silid para sa kanya lamang nang higit sa sampung oras noon. Nahirapan akong paniwalaan at isiping posibleng mangyari iyon noon.

Ngayon, hindi na ako ganun ka-tiyak.

Para dito, ang pamilya ay isang koneksyon na hindi naglalaho sa paglipas ng panahon o distansya. Ang pamilya ay paggalang, at kahit na ilang beses nang umalis ang binata sa tren bago, tatawagan pa rin niya ang kanyang ina tuwing dumadating siya.

May kakaibang koneksyon ako sa gitna ng daan na sinasabing may kulay ng amber, ang tren, ang paglalakbay sa isang banyagang lugar, at mga magandang paglubog ng araw.

Hindi ko na narinig ang iyong mga magulang sa loob ng mga linggo.

Sinabi ng lalaki, "Salamat sa pagpapaalam," saka idinagdag ang isang bagay na hindi maintindihan at binaba ang telepono.

Pumunta ako sa istasyon nang ako lang mag-isa.

Labing-tatlong taong gulang ako, nag-aaral sa boarding school, at lagi akong naglalakbay sa tren nang ako lang mag-isa, dahil sa panahong iyon, itinuturing na "boring" na malapit sa iyong mga magulang o sila'y nagpapaalam sa iyo kung ikaw ay isang teenager.

Nagpapaalam na ang binata at nagpasya akong tawagan ang aking ina kapag may access na ako sa aking telepono.

Tumango kami sa isa't isa at binanggit niya na pinapalitan ko ang lahat ng aking isinulat hanggang ngayon. Nagsasalita siya ng Arabic, French, at Ingles. Hindi ako sigurado kung aling wika ang pinakamagaling niyang salitain, kaya sinusubukan ko ang French.

Mas magaling siyang magsalita kaysa sa karamihan sa mga kilala kong tao na ang mga magulang ay gumastos ng libu-libo sa mga pribadong leksyon, ngunit nag-aaral pa rin silang kumplikadong mga salita at chit-chat lamang sa mga tagapagluto, na sinusubukan na magsalita ng matalino, masaya, at oh-so-original.

Sinabi niya sa akin na ang pangalan niya ay Yousuf, at tinanong kung ano ang ginagawa ko sa Ourika, dahil wala namang pumupunta doon, at inamin ko ang aking pagkakamali. Dapat ay nasa Fes ako at ganoon.

Sinabi ni Yusuf na nagtratrabaho siya roon, pero ngayon ay bumibisita siya sa isang kaibigan sa timog. Nag-usap kami tungkol sa kanyang ginagawa sa Fes. Sumagi ang kanyang mga mata sa kanyang mga kamay, na nakapulupot sa harap niya, at sinusundan ko ang kanyang tingin.

"Nagtatrabaho ako sa mga tannery, kung saan inaabot ng tanned ang mga balat ng hayop."

"Ah, naiintindihan ko."

Hindi ako nagtanong para sa iba pang mga detalye at hindi rin siya nag-alok. Ngunit ang kaunting impormasyong ibinahagi niya ay nagpapaliwanag kung bakit ganoon tingnan ang kanyang mga daliri. Nahulog na sila sa kahel na tintura at puno na ang kulay ng mga pinatuyong balat.

"Hindi ito maaalis," sabi niya, nagulat ako sa kanyang pagnanais na magpatuloy sa usapan, at saka tinuro ang kung saan ang tinta ng aking pluma ay nag-iwan ng mga patak ng indigo sa aking mga daliri.

"Palagi kong ginagawa iyon," inis ko habang sinisikap na tanggalin ang malagkit. Ito'y nagmumurang mga titik. "Palagi."

Nag-shoulder shrug si Yusuf. "Tiyak, hindi mo ito maaalis. Bagama't hindi naman ito masamang kulay. Mas gusto ko ang mga kamay ko na puno nito kaysa sa mayroon akong itinatago." Tiningnan niya ang kanyang mga kamay.

Ang isa sa mga lalaking nakaupo sa unahan ay tumayo at dumaan. Pinaabot niya ang mga datus. Nagpalitan ng ilang salita si Yusuf at ang lalaki sa Arabic at nagpatuloy ang lalaki sa daan upang magbahagi ng mga datus sa mga pasahero. Tuloy ang laro ng football at muli na naman nag-score ang koponan na nagwagi. Marami sa mga pasahero ang tumatalon at nagbati-batian nang may kasiyahan.

"Nilaro mo ba iyon nung bata ka pa?" tanong ko sa kanya, nahihiyang nadala rin ng kasiyahan sa score.

Ang kanyang tugon ay isa sa mga kuwento na maririnig mo nang milyon-milyon na beses, ngunit patuloy pa rin nating ito'y itinuturing na kathang-isip - o mas maigi pang sabihing estadistika. Nag-quit siya sa paaralan upang makapagtrabaho at suportahan ang kanyang pamilya.

"Ganap na pangyayari sa maraming pamilya. Saanman," sabi ni Yusuf. "Sigurado akong kilala mo ang marami pang ibang tao na may parehong kapalaran."

Tumango ako.

"Ito'y espesyal lamang dahil akin ito. Maliban doon, ito'y simpleng... ibang aspeto ng buhay lang," sabi ko.

Nagkaroon ng kung anong bagay na bumalot sa aking mukha kaya't siya'y umupo nang tuwid at lumapit.

"Pakiusap, huwag mo sanang isulat ang isang kuwentong may malungkot na katapusan. Huwag mo itong alalahanin bilang isang malungkot na pangyayari. Karamihan sa atin ay nag-aalaga ng ating mga pamilya, iyon ang pinakamahalagang bagay. At kung sila'y masaya, ako rin ay masaya."

Bigla akong binayo ng bigat na iyon, ang pakiramdam na nadarama mo sa iyong tiyan na tila sakit, ngunit madalas itong naguguluhan sa excitement. Siguro ito ang kahel na chakra na nabanggit kanina - ang isa na nagpapaalala sa atin na may bahagi sa atin na dapat mamatay upang magkaroon ng puwang para sa bagong bagay. Marahil ito'y isang bagong pangarap, marahil ito'y isang bagong pang-unawa sa mga pangarap.

"Okay?"

Tinatanaw niya ako, umaasang makakakuha ng sagot.

"Okay," sabi ko, anumang pag-aayos ng salita.

Nagpalitan pa kami ng ilang salita at sinabi niya sa akin na dapat kong bumalik sa trabaho. Ang araw ay bumaba sa likuran ng horizonte at ang kulay kahel sa langit ay napalitan ng mas madilim na kulay. Tumingin ako mula sa papel. Ang tren ay bumagal. Kami ay dumating. Sa kahit saan man - kahit saan man iyon - pero kami ay dumating.

At ang kuwento ay sumulat na ng sarili nito.

Ang Lahat Ng Mga Pagbati Sa Kaarawan

"Hindi ako pwede."

"Bakit hindi?"

"Hindi ko lang talaga kaya."

"Wala kang dahilan ngayong pagkakataon."

"Mayroon ako."

"At anong uri ng gawa-gawang kwento 'yan ngayon?"

"Ako..."

"Hindi, hindi," ang kanyang boses ay lumakas na nagpapahiwatig na tapos na siya sa aking kabulukan. Matagal na kaming nag-uusap sa telepono. Nagsalita rin kami noong ibang araw. "Hayaan mo akong hulaan," sabi niya, "Kailangan mong pumunta sa doktor ulit."

May matulis, biglang katahimikan na sumagi sa pagitan namin. Sinasabi ni Elaine na dapat ako'y magpasensya. Sinasabi rin niya na hindi ito madali para sa kanila. Na ito'y isang dalawang-dako bagay, isang proseso o ano pa man.

"Paumanhin," bulong ng kapatid ko habang kinakamot ko ang aking noo, "Hindi ko sinasadya..."

"Okay lang."

"Hindi ito okay, totoo lang ako..."

"Ayaw kong pumunta, iyon lang."

Ang pag-amin ko ay sinundan ng tahimik na pagnguya mula sa kabilang linya. Kasabay nito, kaluwagan. Inaasahan ng kapatid ko na magagalit ako sa komento.

"Pero hindi ka puwedeng tumanggi, hindi ngayong pagkakataon," patuloy niya, "Bukod pa rito, ito'y magiging..."

"Kung gagamitin mo ang salitang saya, ibababa ko ang telepono."

"Nay!"

Ang pamangking babae ko ay sumisigaw mula sa hindi alam kung saan, dahil ang mundo ay nagwawakas at ang kanilang ina ang tanging makapagsasalba sa lahat mula sa nangyayaring apokalipsis sa pamamagitan ng pagdadala ng katarungan.

"Si Jesse ay patuloy na hinahatak si Pinky sa ilong!"

"Hindi totoo!"

"Sinungaling!"

"Wala akong ginagawa, ako..." patuloy na sumisigaw ang pamangkin ko. "Kasalanan niya iyan!"

"Tumahimik kayo pareho. Nakausap ko na si Tita Nessa."

May isa pang biglang katahimikan na sumunod pagkatapos ng pagbanggit ng aking pangalan. Dalawang mahinahong boses, ilang "Okay, pasensya na, Mom" mula sa mga batang babae at ang kapatid ko ay bumalik sa linya.

"Paumanhin, ano nga ulit sinasabi ko?"

"Nagpapalitan lang kami ng tawagan."

"Tumigil ka."

Lumalabas siyang pagod. Bumulalas ako ng isang bagay na dapat nakakatawa, ngunit hindi ito nakakatawa kapag may isang pagkabagsak, isang nabasag na baso na tumatama sa sahig na porselana at nagpasya ang aking kapatid.

"Papatayin ko silang dalawa."

"Ano ba ang nangyayari diyan?"

Nililingon ko ang kuwarto, naghahanap ng aking sigarilyo. Mas nakatutuwa ang pagmamasid sa kalat na ginawa ng dalawang limang-taong-gulang, dalawang aso at isang pusa kapag ikaw ay isa lang na passive na tagamasid.

"Huwag mong subukan akong pahintulutan, hindi kailangan ang buong hukbong pang-Kindergarten para makalimutan ko kung bakit ako tumawag."

"Hindi ko iyon sinasadya."

Sinindihan ko ang aking sigarilyo at lumapit sa lamesa kung saan nararapat na naroon ang aking baso.

Pagkatapos ng mahabang higop, sinusundan ng paghigop na hindi dapat mawala ang pagbabago, ang paglipat na nangyari sa loob ng ilang segundo. Nagpatuloy na seryoso na ang tono ng aking kapatid, malamang na opisyal. Hindi na siya nagtatanong kung pupunta ako, ang plano ay nakatakda na at ipinapahayag niya ito.

"Susunduin ka ni Frank sa Biyernes. Apat at kalahati ng umaga. Mayroon na akong regalo, kailangan ko lang na magsulat ka ng isang mensahe sa kard. Isang magandang mensahe, sana. Oo, magiging masaya iyon. At kailangan mong makilala ang ibang tao bukod sa mga tindero sa 7/11. Ah, by the way, naayos mo na ba ang gripo?"

"Ang ano?"

"Ang gripo? Sa kusina?"

"Ang... ohhh, oo. Tama." Hinihigop ko ang aking sigarilyo, ninanakaw ang ilang oras upang makaisip ng isang makatwirang dahilan. "Tama."

Ang kailangan kong gawin ay magmukhang parang natapos ko na ito - naayos na ang lahat, isa lang ito sa mga daan-daang bagay na natapos ko na sa nakaraang mga linggo, at medyo nalimutan ko kung kailan eksaktong nangyari iyon.

"Ness, huwag mong sabihin sa akin na hindi mo pa tinawagan ang tig-ibon."

"Nalimutan ko."

"Nalimutan mo? Lagpas na sa..."

"Sige na nga! Hesus, gagawin ko na. Bukas, o 'di ba?"

"Gusto mo bang sabihin ko kay Frank na..."

"Hindi na, aasikasuhin ko ito, salamat. Gagawin ko, pangako."

Tahimik siya, ang mga bata sa kabilang linya, ang mga pusa, ang mga aso, at ang buong bahay ay biglang nagpatuloy sa katahimikan para bang sumuko na silang lahat sa pag-aaway sa akin.

"Sige na." sabi niya sa huli, "Pero bukas, talaga ha?"

"Oo. At hindi ako pupunta sa pagtitipon."

"Vanessa!"

"Atsaka, wala akong isusuot."

Ang paggamit ng damit bilang palusot ang huling pag-asa na natitira sa akin.

"Ipapahiram ko sa iyo ang... Claire, tanggalin mo iyan sa bibig mo agad!"

Mga malalakas na pagkahulog, tunog ng goma ng aso na nadapakan, at sinasabi ng kapatid ko na kailangan na niyang umalis, nagpapahayag ng hatol:

"Makikita kita sa Biyernes,"

"Syempre. Sabihin mo kay Frank 'hi'." Iniwan na niya ako. Sumandal ako sa pader sa likod ko at tinapos ang natitira sa baso.

"Hindi ako pupunta. At lalong hindi ako pupunta sa araw na iyon. May mas mahahalagang bagay akong kailangang gawin. Bukod pa rito, hindi na kasya sa akin ang iyong kahibangang damit."

Ang patay na linya at ang espasyo sa paligid ay hindi nagtatalo at ibinaba ko ang telepono. Makalipas ang ilang sigarilyo at ilang inumin, oras na para tawagan ang mga tauhan ng kable at sabihin sa kanila tungkol sa signal ng WiFi, o sa halip - ang kakulangan nito.

***

Naghintay ako kay Frank na dumating upang sunduin ako. Naiipit ako sa isang kintab na damit na akala ko'y tamang sukat para sa akin, ngunit lumalabas na mas makitid ang baywang nito kaysa sa inaasahan ko.

"Ito ang modelo, mahal. Oo, kung gusto mo ng isa pang damit, darating iyon sa loob ng ilang araw. Hindi, hindi ako sigurado kung talagang dalawang araw, pero iyon ang karaniwang tumatagal, medyo magkasya o hindi. Hindi, dapat mong ipag-order ng custom noon." isang dramaticong tigil. Katahimikan. "Paumanhin, anak."

Minamahal ko ang malumanay na tono kapag naririnig nila ang uri ng pag-aayos na kailangang gawin ng mga magpapatahi, kaya nagpasiya akong maging matapang at magsuot ng anumang meron ako. Anuman ang sabihin, maliban sa palamig na damit at ang medyas na bumababa habang naglalakad ako, ang lahat ay maayos. Malapit na sa kasiyahan.

Si Frank ay ang uri ng lalaking nagdesisyon na gustong magkaroon ng pamilya noong 19 anyos pa lamang siya. Hindi ako aware na may ganoong mga tao bago ipakilala siya sa amin ng kapatid ko at minahal siya ng lahat. Sa loob ng biyahe, nagkwento siya tungkol sa kanyang trabaho, sa mga lingguhang pangingisda kasama ang kanyang best friend, at sa mas malaking bahay na kanilang lilipatan dahil sa sanggol.

"Ang kapatid ko'y buntis!?"

Tumalon ako mula sa aking upuan. Bahagya lang tinitigan ako ni Frank bago muli niyang itinuon ang kanyang mga mata sa daan sa harap.

"Uh..." nag-iba ng posisyon siya sa kanyang upuan na tila hindi komportable.

"Akala ko'y sinabi na niya sa iyo." Ang kanyang mga kamay ay yumakap sa manibela hanggang sa maging puti ang kanyang mga tuhod.

"O baka naisip niyang sabihin sa iyo mamaya ng personal. Paumanhin, sinira ko iyon."

Dahan-dahang sumandal ako sa aking upuan at tumingin sa labas ng bintana.

"Wala lang. Okay lang."

Ang natitirang bahagi ng biyahe ay nagdaan sa hindi magandang pakikipag-usap tungkol sa balita at panahon. Matapos mag-apologize ang aking kapatid nang maraming beses sa telepono dahil hindi siya makapunta upang sunduin ako, dahil sa umaga siya'y nahihilo, at "pangako, sasabihin ko na sa iyo", nakarating na kami sa kanilang tahanan.

Ang aking kapatid ay kahanga-hanga. Siya'y ngumingiti sa lahat, tinatanggap ang pagbati at papuri sa kung gaano kasarap ang lasagna, kung gaano siya maganda, at ngiti sa mga tanong na tulad ng: "Alam mo na ba kung lalaki o babae na?" at "Naisip mo na ba ang mga pangalan?"

Habang nakatayo ako at nakikinig sa kanilang lahat, ang malalapit nang palaisipan na alam ng lahat maliban sa akin na mayroon nang sanggol ay nag-iba mula sa pagsuspetsa patungo sa isang kumpirmadong katotohanan. Ang mga usapan ay naglipana mula sa mga tanong at payo tungkol sa pagbubuntis tungo sa kung gaano kahusay ang ginagawa ni Frank sa trabaho. Palagay ko ang huling bahagi ay isang bagay na dapat ding papurihin ang asawa. Ngumiti ako, pumapayag ang aking ulo sa alinman na papuri na ibinibigay nila sa batang pamilya para sa kanilang tagumpay. Binati ko ang lahat, at naglaro pati sa mga bata - ilan sa kanila, dahil ang iba ay nakakainis talaga. Matapos ng ilang sandali at ilang basong alak na nakulimbat mula sa kusina, malapit sa mapagmasid na mga mata ng aking mga kamag-anak, nagsisimula akong isipin na maaaring tama ang aking nakababatang kapatid at hindi ito masama. Seryoso akong tumawa sa ilang mga biro na ibinahagi ng lalaking kaarawan. Si Uncle Ben ay ang iyong tipikal na matanda na nagpapanggap na bente anyos pa rin kapag malayo na siya sa edad ng pagreretiro.

Ang ilan sa mga kaibigan ng kapatid ko ay nagtatanong kung saan ko nakuha ang damit, at sinungaling akong ito ay isang branded na damit. Ang bago ay hindi ang pagkasinungaling ko, kundi ang ang papuri ay hindi na nagpaparamdam sa akin ng sama ng loob o tila binabastos ako. Sinasabi ni Elaine na kinakailangan ng panahon ang pagtanggap at hindi ko dapat ipilit ang sarili ko sa mga bagay tulad ng "noon" at mga katulad na "normal na pakiramdam" at "pagbabalik sa dati kong sarili."

Matapos matapos ang alak, nagpasya akong ang patakaran na bawal manigarilyo ay nag-expire na. Lumabas ako sa balkonahe, umaasa na hindi ako makakasalubong ng sinuman mula sa pamilya o ng isang kilala ako nang masyado na ibig sabihin ay kailangan kong pakinggan ang lahat ng sasabihin nila sa akin. At sigurado akong marami silang sasabihin, lalo na matapos ang huling pagkakataon.

Ako ay suwerte ngayong gabi, kaya ginagamit ko ang pagkakataong mag-isa. Matapos ang isa pang shot mula sa maliit na bote na mayroon ako sa bag ko, sinindihan ko ang isang sigarilyo.

Ang aking kaligayahan sa katahimikan ay hindi nagtagal dahil lumalapit ang mga yapak, at bago ko pa man maabutan na patayin ang sigarilyo at itago ito sa aking bulsa habang naghahanap ako ng mga palusot para sa aking kapatid, may isang lalaki na lumapit at nag-alok ng isa pang sigarilyo.

Ang pangalan ng lalaki ay Timothee, at nagkataon na siya'y gusto rin ni Beckett gaya ko. Nanatili siya dito hanggang sa matapos namin ang bote na aking inilabas nang palihim at hanggang sa magsimula kaming pag-usapan ang pagnanakaw ng isa pang bote mula sa kusina. Nagmungkahi siya na magpunta kami sa ibang lugar. Iniisip kong tumanggi, gaya ng karaniwan kong ginagawa, pero ang whisky at ang posibilidad na manatili dito nang mas mahaba upang makinig sa higit pang mga biro ni Uncle Ben, pinaloob ang mga salitang "Tara na" sa aking bibig bago ko maisip na mas mabuti. Nagpaalam si Timothee sa mga tagapaghatid at pangako niyang aabangan niya ako sa labas habang ako'y patungo sa harap na pinto.

At sana'y magiging maganda ang lahat, sinumpa ko sa Diyos, kung hindi lamang bago ako umalis at patungo sa taksi, hindi ako hinabol ni Tita Marie. Hindi ko ito pagdaramdamin nang husto kung hindi niya ipinahid ang kanyang palad sa aking balikat ng may pagka-pasintabi, at higit sa lahat - kung hindi nagkakamalayang puno ng awa ang kanyang boses ng lola nang itanong niya:

"Hey, Nessy. Kaya mo pa ba, honey?"

***

"Mayroon ka bang alagang hayop?" tanong ko.

Isinara ni Timothee ang pinto sa likod niya at nagmukha siyang maguluhan sa madilim na ilaw ng pasilyo.

"Hindi, bakit?"

"Wala, ganun lang..."

"Oh...nagluto ako ng lasagna kanina at nasunog ko ata iyon, iyon marahil ang pinanggagalingan ng amoy, pasensya na."

Kamot sa ilong niya at ako'y nagmadaling papunta sa kusina.

"Pabuksan ko ang bintana, dapat nawala na iyon nang mabilisan."

"Kaya paano mo nakilala si Frank?"

Tanong ko matapos tayong mag-settle nang kumportable sa sopa sa aking living room at ang mga kamay ng orasan ay nagsasabing mas maraming oras ang lumipas kaysa sa aking inaasahan.

"Magkatrabaho kami, kung minsan nagpupunta kami nang sabay-sabay sa pangingisda." simpleng sabi ni Timothee.

"Wala nga!"

Humahalakhak ako sa ibabaw ng aking baso at nagtagpo ang ating mga mata.

"Bakit nakakatawa?"

"Sinabi niya sa akin tungkol sa iyo habang papunta kami sa pagtitipon."

"Talaga?"

"Oo, at iniisip ko na siguro ay isang mahahalagang inhinyero ka tulad ng ibang kasama niya sa koponan."

"Ano ang nagpapahiwatig na hindi ako?"

Nanliligaw siya at ako'y lumilingon. Medyo malapit si Timothee.

"At paano mo nakilala si Frank?"

"Kasal siya sa kapatid ko."

Katahimikan. Natutunan ko na ito ay isang palatandaan na may mali. Palagi. Natutunan ko rin na may iba't ibang uri ng katahimikan. May katahimikan kapag mag-isa ka sa iyong tahanan, nagtatago. Ang katahimikang ito ay maaaring maging hindi kontrolado at magiging malakas sa isang punto, pero ikaw lang laban sa iyong isip. Sinasabi ni Elaine na ito ang pinakatakot sa simula, ngunit matututuhan ko ring pakitunguhan ito.

May katahimikan sa isang hapon ng Martes sa taglagas, bago ang langit ay mag-ugat ng kulay-abo sa papalapit na ulan. Ito ay kapag lahat ng tao ay nagsisimulang magplano ng pinakamabilis na paraan upang makauwi mula sa trabaho at maiwasan ang bagyo, at ikaw ay hindi pa umaalis sa kama sa loob ng ilang araw.

At pagkatapos ay mayroong katahimikan na ito - ito ang katahimikan na ginagawa kang hindi komportable ng iba dahil sa isang bagay na ikaw ay, isang bagay na ginawa mo at hindi nila alam kung ano ang dapat sabihin. Ito ang katahimikan ng mga taong naglalakad nang paunti-unti sa paligid mo, hindi sinasabi ang mga bagay dahil maaaring ikabahala ka nila kung gagawin nila ito, o ito ang takot nila na baka sinabi na nila ang isang bagay na magpapangamba sa iyo. Ito ang katahimikan ng aking mga kasamahan nang sabihin ko sa kanila na kukuha ako ng leave. Ito ang aking katahimikan noong nagtipon ang buong pamilya at sinabi nilang naghihinala sila na nag-aabuso ako sa aking reseta na gamot. Ito ang katahimikan ng aking kapatid at ni Frank. At ngayon, ito ang katahimikan ni Timothee.

Ayaw ko ng katahimikan. Higit kong pinisil ko ang aking kamao sa paligid ng baso, dahil nakikita ko - dawning on him na.

"Oh, ikaw pala..."

"Oo. Ako si Vanessa."

Timothee upo ng tuwid. Ang baso ay naglabas ng malabong tunog habang iniwan niya ito sa mesa at pagkatapos ay inayos ang kanyang mga siko sa kanyang mga tuhod.

"Ako... hindi ko alam kung ano ang dapat sabihin ng mga tao sa mga ganitong sitwasyon."

Hindi ko alam kung gaano kalalim ang kanyang kaalaman, ngunit sa pag-aakala na madalas na nagkakasama sina Frank at siya sa isang araw ng weekend, inaakala ko na alam niya ang hindi bababa sa mga pangunahing detalye, at iyon mismo ang nagpapababa sa karamihan ng mga tao.

"Ang karamihan ng tao ay nagsasabi na humihingi sila ng paumanhin," bahagya kong ipinahiwatig, "Para bang sila ang may kasalanan."

"At ano ang sinasabi mo sa kanila?"

"Na ayaw kong pag-usapan iyon."

"Dahil?"

Alam ko ang sagot, palagi akong nagtatagumpay sa mga paraan at mga palusot na hindi sumagot, na sabihin ang isang positibong bagay, dahil iyon ang inaasahan nating sabihin, di ba? Dapat tayo'y positibo at nagpapasalamat. Dapat nating ipagdiwang ang buhay at manatiling nakatutok sa lahat ng mga kabulastugang pinapaniwalaan natin sa mga sesyon ng grupo.

"Nakakadama ng kaba ang mga tao."

Ang kanyang mukha ay hindi mabasa sa aking mga salita, o maaaring ito'y isang anyo ng walang-pakialam - sa anumang paraan, ito'y nakapagtataka. Bagong bagay ito, at narito pa rin siya.

"Paumanhin," bulong ko habang hinahawakan ang baso ko nang may kahabaan.

Ang kanyang matalinong berdeng mga mata ang puno ng aking paningin at ako'y napahinto, nagulat.

"Hindi ako nababahala. Ikaw ba?"

May paglipat siya ng upuan na mas malapit at inilapat ang kanyang palad sa aking tuhod nang maingat.

"Hindi."

Ang kamay ni Timothee ay nag-umpisang gumalaw paitaas hanggang sa maabot nito ang aking baywang, pagkatapos ay patuloy itong umakyat hanggang sa abutin ang pinakamataas na button ng harapan ng aking damit. Sigurado akong nadarama niya na may hindi tama, na may iba sa dibdib ng ibang mga babae na kanyang naipadarama. Umaasa ako na hindi niya maamoy na habang umaakyat ang kanyang palad, mas lalo akong lumalaban sa hindi matagalanang pangangailangan na lumabas sa aking balat. Binuksan ng kanyang mga daliri ang ibabaw ng damit at tinitigan niya ang harap ng aking dibdib. Timothee'y biglang nakatigil. Hula ko ang pagkaalam sa isang bagay ay isang bagay, ngunit ang makita ito mismo sa harap mo ay ibang-iba.

"Kailangan kong pumunta sa banyo."

Napahambal ako at tumango siya.

"Babalik ako agad."

Naglakad-lakad ako at nagpumilit patungo sa pinto, nagmumura at nagsasabi ng mga dahilan hanggang sa aking makarating doon. Ang ibaba ng aking medyas ay umabot ng kaunti sa itaas ng tuhod, at kinuha ko ito. Matapos kong huminga ng aking unang tunay na paghinga, ang isa na nagpupuno sa aking mga baga at tiyan at hindi gumagawa sa akin ng pakiramdam na parang ako'y pumuputok tulad ng isang lobo sa helium, natanong ko sa aking sarili kung masyadong kakaiba kung sasabihin ko sa kanya tungkol sa aking kaibigan na nagtatrabaho sa teatro, na siya'y maaaring makahanap ng mas magandang mga upuan, at marahil ay pumunta kami doon para manood ng isang palabas. Nagka-ngitngit ako at nagpatuloy sa paghuhugas ng aking mga kamay. Ang tubig ay sobrang init, umaapoy sa aking balat, ngunit hindi ko nararamdaman ang hindi matagalanang pangangailangan na patuloy na ilagay ang aking mga kamay sa ilalim ng agos, upang patuloy na tiisin ito, dahil sinusubukan kong ilayo ang aking isipan. Isang tingin sa salamin sa harap ko ay sapat upang magbigay sa akin ng kumpiyansa na hindi ako mukhang ganun kasama. Isa ito sa magagandang araw, marahil kaya't nagpasiya ako na marahil ay nauunawaan niya, marahil gusto niyang manatili at manood ng katangahan na palabas kasama ako. Ang aking kamay ay gumagalaw ng kusa, at pinapatakbo ko ito sa aking puso. Ito'y nagpapalpit nang direkta sa ilalim ng aking palad, ito'y dahil sa lahat ng laman na nawawala mula sa kung saan ito dating nandoon.

Iniipit ko ang gripo at huminto bago buksan ang pinto.

"Okay, hindi naman ito ang unang beses na ginawa mo ito."

Pipindutin ko ang hawakan at maglakad- parang diretso akong papasok sa harap ng apoy, kahit na inubos ko ang nakaraang limang minuto sa loob ng pagtitiis sa sarili ko kung gaano ako kahusay.

"Naisip ko kung..."

Hindi na kailangang tapusin ang pangungusap dahil walang naririnig.

Ang mga mata ko ay tumutungo sa kalahating puno ng basong whisky sa mesa at ang kulubot na higaan kung saan siya ay nakaupo lamang isang minuto ang nakaraan.

***

"Sinubukan ko na ang pag-reset nito, at katulad ng labing-pitong beses na ginawa ko ito, walang nangyari. Bakit hindi mo..."

"Miss, papakiusapan ko po kayo na patayin ang..."

"Ginawa ko na 'yon. Ilang beses ko pa bang kailangang sabihin? Ginawa ko na ang lahat ng pwede ko, pero hindi pa rin gumagana. Kaya tumatawag ako. Kailangan niyo magpadala ng tao para ayusin ito, o hindi ko alam. Makakatipid tayo sa lahat ng mga nakakasakit na usapan na lagi kong pinagdadaanan araw-araw."

Ang pagsabog ng emosyon ay sinagot ng maikling tigil, at nasa kalagitnaan ako ng pagtaas ng aking tinig nang may maririnig na pagsasara at ingay sa kabilang linya at sinabi ng tech support guy na kausap ko na oo, magpapadala sila ng tao.

Matapos ang dose-dosenang tawag, maraming email at mga mensahe, at mga minuto na ako'y ipinahinto habang nakikinig sa nakalulunos na musika na nilalaro habang sinasabi ang menu, ako'y nakarating at nag-ayos ng pagdalaw ng isang teknisyan. Ang mas malaking tagumpay- dumating siya. Yumuko ang teknisyan nang makapasok siya, hindi niya ito tinatangkang itago. Isa siya sa mga kalalakihan sa kalagitnaan ng edad na may mukhang mapanghusga para sa lahat ng bagay.

"Naglalakbay ako,"

Hindi ako sumusubok na gawin ang kahit ano tungkol sa napakasamang kaguluhan at dinala ko siya sa living room kung saan nagngingitngit siya sa mas malaking gulo ng mga lumang kable, nakatali sa isang imposibleng kuwit.

Ang tingin niya ay nagsasabing, "Palaging ibinibigay sa akin ang mga pinakamasasamang trabaho," at tinuro niya ang mesa sa likod ko.

"Kailangan ko ng kaunting espasyo, puwede mo bang ilipat ng konti?"

"Ang mesa?"

"Ang basong whisky."

Walang emosyon sa kanyang tinig, kahit na paghuhusga.

"Uh, oo. Oo, siyempre."

Itinaas ko ang baso at ngumiti.

"Hindi naman niya babalikan iyan, 'di ba?"

Ang biro ay hindi nakakuha ng tawanan. Sa katunayan, ang palitan ng mga salita ay mabilis na naging ibang bagay. Naging katahimikan ito. Hindi na ako nagtatangkang tumawa at ang katahimikan ay unti-unting lumalaki, anino ng pagkagimbal na kumakain sa akin.

Inilagay ng teknisyan ang isang bag ng mga instrumento sa mesa at tinalikuran niya ako, lubusang ipinagwalang-bahala ako.

Pagbibilang Ng Mga Pulang Peonies Sa Bubungan

Ang hardin ng aking lola ay malaki, at noong ako ay sampung taong gulang pa lamang, tila napakalawak nito, isa sa mga perpektong tagong lugar na maaring ikaw ay mawala. Madalas na doon siya naglalaan ng buong hapon, nagtatrim at naglilinis.

Tahimik. Ito ang kanyang panahon ng katahimikan, bagaman kapag may bisita, maglalakip siya ng isang malaking bulaklak para sa mga tao na maiuwi. Ang mga dahon ay maganda, at napakalinis ng pag-aalaga. Klasiko. Pero hindi kailanman titiyakin ni Lola ang mga peonies.

Sa totoo lang, wala silang espesyal na katangian. Napakarami at matagal maglaho. Isang puno. Medyo pangit kumpara sa mga hardin ng mga ibang halaman, o ang paborito ng lahat - ang mga rosas. "Siguro," iniisip ko, "iyon ang dahilan kung bakit walang gustong kumuha sa kanila." Kaya't nagpasiya akong putulin ang ilan sa kanila para sa babaeng aking gusto, hindi naman siguro mapapansin ni Lola. Isang gabi, lumabas kami ng pinsan ko sa aming silid at pumunta sa hardin. Sinarhan namin ang mga bakas at wala kaming ibang pinutol - limang peonies, walang makakaalam kailanman.

Kinastigo kami kinabukasan. Hindi kami kinausap ni Lola ng dalawang linggo. Sa huli, nalaman naming mga paborito ito ni Lolo, at kahit gaano kagaling naming itinago ang aming bakas, palaging alam ni Lola na kinuha namin ang mga ito.

Dahil binibilang niya ang mga ito tuwing gabi, tulad ng pagbibilang niya ng mga araw na lumipas simula nang mailibing siya sa lupa.

Hugis-Dagat Na Espuma At Mga Pangarap

"Binubunot ba ng mga kaktus ang kanilang mga tinik, o yuko at pumipigil ba ang kanilang mahabang mga matutulis na tinik habang sila ay natutulog kapag sumasapit ang dilim?"

Ito ang madalas kong tanong sa aking lola noong ako'y apat na taong gulang pa lamang; pagkatapos noong ako'y limang taong gulang - hanggang walong taong gulang na ako bago matulog.

At tatabunan ako ng malaking kumot ng lola at magkakaroon ng bahagyang pag-iling na magpapahulog ng kanyang maliliit pa ring malulugay na buhok sa kanyang mababang noo, at ang tanong ko'y magbubunga ng mahinahong bulong na "maliliit na baliw na babae" sa kanyang bibig.

Ngunit patuloy akong nagtatanong.

Pagkatapos ay ako'y labing-dalawa,

labing-apat,

sige, labing-pito

At ang mga kumulot na buhok ng aking lola ay hindi na ginto kundi pilak, ang kanyang noo ay may mga kulubot na parang tuyong lupa, at hindi na siya ang dating siya.

Siguro iyon ang sandaling natutuhan ko na hindi isasara ng mga kaktus ang kanilang mga gilid tulad ng mga magagandang bulaklak na isinasara ang kanilang mga dahon upang protektahan ang mahihina nilang mga bahagi.

Ang mga kaktus ay patuloy na nananatiling gising buong gabi na patulak ng kanilang mga tinik ang kadiliman at sinumang lumalapit. Siguro iyon ay dahil alam na alam ng mga kaktus na hindi sila magkakaroon ng pagkakataon na mamulaklak bukas rin.

Mga Parang Na Pula Ng Strawberry

Ang hangin ay dala ang amoy ng mga dahon ng huling bahagi ng Agosto at ng araw. Binuksan ko ang bintana ng lumang kotse upang humigop ng init ng aspaltong nagliliyab sa init. Sumisidhi sa init, nadulas ang aking mga mata pababa sa kalsada kung saan ang mga gulong ay parang mga buhanging tumatakbo na hindi mapigilan at batang-bata. Ang kalangitan sa itaas ay abo, tulad ng laging abo kapag tag-araw, ang hangin ay nagliliyab at hindi pa umuulan nang matagal. Pinalalakas mo ang susunod na kanta - Louise ng The Black Keys at di maiwasang sumabay ako sa paghahumming sa mga liriko kasabay mo.

"Paano mo malalaman ang mga tanda kung hindi mo nakikita ang mga kulay?"

Pumapasa kami sa isang malaking billboard ng isang taong mukhang sikat, maliwanag na matagumpay at nag-aadvertise ng susunod na pinakamagandang pabango.

"Hindi naman sa hindi ko nakikita ang mga kulay, hindi ko lang nakikita..." Isang kamay mo ang bumaba mula sa manibela upang baguhin ang mga gear, "May mga kulay na maaring makita ko, pero hindi ko nakikita ang pula, halimbawa."

"Pula? Talaga? Paano mo..." isang milyong tanong ang biglang sumisidhi sa aking isipan, sila'y tunog na:

ano sa mga paglubog ng araw

ano sa dugo.

ano sa...

"Mga strawberry?"

"Mga strawberry?"

"Oo, tulad... paano mo malalaman kung ang mga strawberry ay hinog na?"

"Hindi ko alam."

"Eh ano nga?"

"Kaya hindi ako bumibili ng mga ito."

"Hindi ka kumakain ng mga strawberry para hindi makakain ng hindi gaanong hinog? Nakakalungkot iyon, paborito ko pa naman ang mga iyon."

"Sinusubukan kong bawasan ang bilang ng pagkakataon na nagtatake ng panganib."

Nag-shake ako ng ulo sa nakakatawang tugon nang ang isang inis na mukha ay tila naghahanda nang lumitaw sa iyong noo.

"Ano iyon?"

Hindi umaalis ang iyong mga mata sa daan na nasa harap.

"Sigurado ka bang hindi mo kailangan tawagan ang sinuman?" Lalo pang lumalalim ang inis at gagawin ko ang lahat para alisin ito.

"Hindi naman talaga."

Tumingin ako pabalik upang makita ang lungsod na natutunaw at lumulubog sa kalawakan, habang ang mga linya ng kalsada ay nagiging malabo na parang likido dahil sa init. Tapos, napatingin ako sa maliwanag na rosas na pakete ng strawberry candy bar na nasa likod ng upuan. Ito ang paborito ko, at sa kung anong paraan ay hindi mo iyon nakalimutan.

Kinuha ko ito at tinanggal ang tin foil, saka umupo ng tuwid.

"Saan tayo pupunta?"

Ang tanong ay inilabas sa pagitan ng mga malalasap na ng kumakain na hindi pa kumakain at natutulog ng ilang araw at isang malaking ngiti ang nabuo sa iyong mukha. Ang iyong kamay ay lumisan mula sa gear stick na kinalalagyan nito at humaplos sa aking hubad na hita. Isang anino ng kasiyahan at pagtakas ang sumasayaw sa berdeng bahagi ng iyong mga mata nang sabihin mo:

"Patungo sa mga parang ng mga strawberry magpakailanman."

Aranyhíd

Frost at winter tumatakas sa mga biyahe ng bintana at pumapasok sa munting silid sa huling palapag, na matatagpuan sa ilalim mismo ng bodega. Nagtutulo ang mga patak ng yelo sa salamin habang sinusubukan ng mga patak ng nieve na tumakas mula sa araw, ilang mabagal na sandali bago sila matunaw at maging malamig na patak, na kamukha ng mga luha.

Sa maliit na kusina sa huling palapag, malamig ang mga tile at ang aking hubad na mga paa ay nagmamadali papunta sa makina upang iligtas ang mesa mula sa kape, na lumalalaon nang bumuhos mula sa mga tasa at naglalatag ng mga alon ng itim nito sa buong lugar. Ang hangin ay amoy krema at tostada, ang nasunog na hapunan mula kagabi at ang isang bagay na mayroong mantikilya at samantalang ako ay patuloy na nakikipaglaban sa lumalaking malamig na karagatan ng likidong kapahamakan, naririnig ko ang mga yapak mo, na sumasabay sa akin, at lumilingon ako.

Nakalimutan ko ang kape na gumagapang patungo sa mga paa ko, ang tumutulo mula sa lababo na tubig, at ang pagpintig ng puso na unti-unting nawawala. Ang tunog ng mga kamay ng orasan na gumagalaw ay humihinto dahil ang tanging bagay na umiiral dito at ngayon, sa aking munting kalawakan ay ang mga kayumanggi na patak, pumapalatok sa iyong mga berdeng mata.

Ang mga patak ay bumaba hanggang sa natitira na lamang ang berdeng kulay na hindi nawawala sa ilalim ng sikat ng araw. Nawawala ako sa lawak na nasa harap ko at wala akong tutunguhang lugar dahil nawala ang lahat ng aking direksyon. Isa ito sa mga sandaling mabagal ang mundo, dahil lubos kong pinaniniwalaan na naghihintay ito para sa akin, at mapayapang mapapanood ko ang paraan kung paano lalo pang lumalaki at nagkakalat ang berdeng kulay sa iyong mga mata, hanggang sa malunod nito ang araw, pumapasok sa gitna ng yelo mula sa labas.

Mayroong salitang Hungarian na walang pagsasalin sa ibang wika. Ang salitang Aranyhíd ay nangangahulugang golden bridge, ngunit ito rin ay nangangahulugang ang refleksyon ng naglalaho nang araw sa ibabaw ng tubig. Habang iniisip ko ito, ang liwanag ay naglalatag sa iyong mukha at ang aking puso ay sumasakit at bumabangga sa mahigpit na mga pader sa paligid nito, yaong patuloy na naglalagay sa kanya sa isang lugar.

Isang kunot ang dumaraan sa iyong noo, ito'y nakadidistract ng tingin at naririnig ko ang mga salitang bumabalik sa akin sa kung saan tayo naroroon.

"Naririnig mo ba ang mga sirena?"

Hindi ako makapagsagot, hinahanap ang aking tinig dahil nararamdaman ko pa rin ang iyong pagkakaroon dito

at dito

at dito

at kung sasabihin ko ang "Oo."

ibig sabihin non hindi pa tumitigil ang hangin na humahampas, na ang mga dahon sa labas ay patuloy na humihinga dahil hindi pa ninakaw ng iyong mga berdeng mata ang liwanag nang walang hanggan.

"Oo," ay magpapaalala sa akin na ang mga ulap ay patuloy na gumagalaw upang sa huli'y lamunin ang araw at darating ang panahon na ikaw ay aalis.

"Naririnig ko sila," ay magpapaalala sa akin na mananatili akong nakatayo sa kabilang dulo ng tulay, ang tanging isa na magpapaalala na ikaw ay nandito

dito

at dito.

Nalulumay Kami Sa Monokroma

Nanonood ako habang sinisikap ng kaibigan kong punasan ang natirang puri ng patatas mula sa t-shirt ng kanyang mas matandang anak. "Ano ang ginagawa niya sa Timog Amerika?"

"Ang Cristo Rei ay nasa Africa. Siya ay isang litratista, at maglalakad sila ng..."

"Ayaw ko ng mga pechay! Ayaw ko sa pechay!" Sinampal ni Emma ang kanyang kutsara sa kanyang kapatid.

Muling nagsimula ang away ng mga bata at tinawag ang waitres. Nag-order ako ng isa pang gin. Ito'y alas-dos ng hapon ng isang Martes, at kumukuha ako ng napakahabang tanghalian, at pangalawang inumin ko na habang ang kaibigan ko ay sinusubukan ipakain ang walang lasang puri ng gulay sa kanyang anak, habang ang isa pang bata ay naglalagay ng mga patatas na parang araw, direkta sa mesa.

"Narito na!"

Mahigpit na hinawakan ng aking best friend ang kanyang mga kamay at ngumiti kay Emma, na sa wakas ay pumayag na kumain ng walang lasang berdeng malat na nakalagay sa kanyang plastik na plato. Hindi ko pa kailanman nakita ang sinuman na tumingin sa isang bagay ng mayroong ganitong kahanga-hangang pamamaraan maliban sa isang inang nagpapakain ng tanghalian ng kanyang mga anak, o nagtagumpay sa paggamit ng kutsara nang hindi naglalatag ng kaninuman sa ibabaw ng mesa.

"Okay, dapat na tahimik sila sandali. Nakikinig na ako ngayon." Pahiran ni Molly ang kanyang mga kamay sa isang panyo. "Kuwento mo pa tungkol sa taong 'to. Ano nga ulit ang pangalan niya?"

"Jude, nakilala namin siya sa isang konsiyerto."

"Isang konsiyerto?"

"Oo, banda ng kaibigan ko. Sinabi ko sa iyo tungkol dito noong isang linggo."

"Ah, oo. Tama. Laging nalilito ako, palaging iba-iba ang sinasabi mo tungkol sa mga taong iba-iba. At?"

"At siya ay isang litratista, at palagi siyang naglalakbay. Gusto niya akong sumama sa susunod na pagkakataon."

Ang kaibigan ko ay nagtaas ng kilay at pinisa ang tisyu sa kanyang kamay, pagkatapos ay idinagdag ang papel sa tumpok ng mga ginamit na napkin malapit sa mga bote ng sanggol.

"Ano ba 'yan?"

"Sigurado ka bang magandang ideya ito?"

"Hindi ko makita kung bakit hindi."

Umupo akong tuwid sa aking upuan. "Hindi naman ako mayroong kahit anong mahalagang gagawin dito. Bukod sa trabaho ko, kahit pahinga ako ng ilang araw. Tatagal kami ng isang linggo, 'yun lang."

Patuloy pa rin siyang tumitingin sa akin, may malalim na kumot sa kanyang noo.

"Halika na, sabihin mo na." Ngumiti ako sa kanya sa ibabaw ng aking baso. "Maaari mong sabihin sa akin kung ano ang iniisip mo."

"Hindi ko lang tingin na magandang ideya ito, 'yun lang. Halos hindi mo pa kilala siya."

Hindi niya binabawasan ang pagsasabing laging iba-iba ang mga taong binabanggit ko, pero siguro'y nagulat siya ngayon sa alok na ginawa niya sa akin.

"Oo, pero... ibig kong sabihin, wala pa naman akong sinabing oo o ano man, idea lang 'yon. 'Yun lang."

May kung ano mang umilaw sa kanyang mga mata, ang karaniwang usapan tungkol sa kung paano ko nakilala ang misteryosong estranghero - at siyempre, hindi niya matatandaan ang pangalan nito - ay tapos na at ngumiti siya.

"Pero sabihin mo sa akin..."

Lumuhod si Molly sa ibabaw ng mga kulay na mangkok at ng mga bahura ng pagkain, at ginaya ko ang kanyang posisyon, lumuhod sa ibabaw ng mesa.

"Ano siya bilang tao," bulong niya, "Ibig kong sabihin, alam mo na..."

Tumagal ng sandali bago ako sumagot, at saka ako nagdagdag ng mabilisan.

"Parang... oh, hindi. Hindi. Kaibigan lang kami, hindi ganoon."

"Hindi? Bakit hindi?"

Dahil sampung taon siya ang mas bata sa akin at ang tanging inaalala niya ay ang paglalakbay at litrato, pero hindi ko iyon sinasabi. Sa halip, sinabi ko,

"Hindi ko siya nakikita ng ganoon. Hindi rin niya ako nakikita ng ganun."

"Siya ba..." ang boses niya ay bumababa nang napakababa at pinagsisikapan kong marinig ang salitang sinasabi niya, "bakla?"

"Honesto, hindi ko alam." Umiiling ako, "Hindi pa ito naisasama sa aming usapan, nag-usap kami tungkol sa musika."

Halos sigurado ako na hindi siya bakla, pero kahit na ganun nga, hindi maisip na hindi posible. "Bukod pa rito, hindi ko naman hinahangad na magkaroon ng relasyon."

Binigyan niya ako ng tingin na "Sigurado ka ba?" at pinigilan ko ang sarili na hindi i-roll ang mga mata ko.

Kilala ko si Molly mula noong mga bata pa kami, at isa siya sa mga taong hindi nauunawaan ang konsepto ng hindi paghahanap o hindi pagnanais na magkaroon ng kasintahan sa buhay. Meron silang isang preno sa pintuan na may nakasulat na "Ang Kaligayahan ay Gawa sa Bahay," nagpupunta sila sa supermarket at nag-aayos ng buhok ayon sa iskedyul, nagse-sex tuwing Miyerkules at Sabado, at hindi nagpapalit ng sabon sa banyo ng mga bisita. Nagbabasa at nanonood sila ng mga erotic novels bilang pagkabawi sa kawalan ng kahalayan sa kanilang kasal. Ang eros ay nawala na. Ako ang eros na kaibigan na palaging may kuwento na nakahanda, ang magliligtas sa kanila sa abalang magbasa ng isa pang kuwento tungkol sa sekswalidad at aaktingan itong huling pakikipagsapalaran noong nakaraang weekend. Kaya, sa sandaling sinabi ko ang "Hindi ko siya nakikita ng ganoon," agad na itong inalis niya bilang potensyal na paksa ng usapan. Ang kanyang uhaw para sa mga kuwento na kapana-panabik, mabilis at kahanga-hanga ay hindi matutustusan, kaya't nawalan siya ng interes nang mabilisan. Si Molly ay nakapagpasiya na hindi na niya makikita ito muli, dahil sino bang nagkikita nang dalawang beses ang mga random na lalaki na nakilala nila nang lasing sa isang konsiyerto. At kung walang nangyari sa kanila noon, wala na ring mangyayari ngayon.

"Ang ganda mo, by the way," sabi niya, ngumingiti. Ito ang tingin na ibinibigay niya sa akin, ito ang tingin na ibinibigay ng sinuman sa akin kapag hindi sinasabi:

Palaging maganda ka, siguradong maganda, paano ang huling biyahe sa trabaho, pumayat ka ba, mahal ko ang lipstick na ito, hindi ako nakakakuha ng oras para sa paglilinis, at iba pa.

"Sasama ka ba sa Linggo, by the way?"

Tumango ako, si Jude ay hindi na isang paksa na karapat-dapat pag-usapan. Iniisip niya marahil na hindi siya guwapo o hindi ako sapat na lasing.

"Susubukan ko ang aking makakaya. May korporasyon na kailangan kong dumalo, pero susubukan kong umalis nang mas maaga."

"Hindi 'yon, honey. I'mamapa tungkol sa baby shower ni Claire."

"Ah, oo?"

"Oo, sa hapon iyon."

"Nakakatuwa naman." Maraming bagay na dapat tandaan tungkol sa mga pagkakataon ng mga sanggol. Ang pangunahin ay hindi ito nangyayari sa gabi.

"Nanay! Gusto ko ng pancakes! Please, Mommy. Kumain ako ng lahat ng pechay, sinabi mo na pwede tayo kumain ng pancakes kapag natapos natin ang mga gulay."

"Maganda!" Muling nagamit ni Molly ang kanyang "boses ng nanay." "Pancakes para sa lahat?"

"Sigurado."

Hindi ako kumakain ng tsokolate, pero sinusubukan kong ngumiti habang tumatawag ang telepono ni Molly.

Ito'y ang kanyang asawa dahil siyempre, kailangan nilang magpasya kung ano ang dekorasyon para sa hapon na party sa Sabado. Pinapahid niya sa akin na saglit, at nagsasabi ako ng "wag kang mag-alala" nang mapansin kong medyo mainit ako at nagsisimulang umikot ang aking ulo. Natapos ko ang aking gin at kinuha ang aking telepono. Nahulog ang aking mata sa numero ni Jude at pindutin ang "tanggal" bago ko ito ibalik sa aking bulsa. Nagsisigaw si Molly ng "sige na" at ibinaba ang telepono.

"Kailangan ko nang umalis. Pasensya na, akala ko mayroon pa tayong oras."

"Okay lang 'yan," sabi ko habang kumikindat, "Kailangan ko rin nang umalis."

"Mamamatahin tayo muli sa mga susunod na araw, pangako. At huwag kalimutan kumuha ng mga bulaklak para sa baby shower."

"Hindi ko kakalimutan."

"Kayong dalawa, kayo ay gintong mga tao."

Mabilis niyang kinuha ang lahat at nagpatong ng mabilis na halik sa aking pisngi. Pinagmasdan ko ang aking kaibigan habang nawawala siya kasama ang mga bata, kanilang mga laruan, bag, at lahat ng mga ito sa pinto ng maliit na restawran, at nag-iisip ako ng isa pang gin.

Tumawag si Jude dalawang araw mamaya, at sinagot ko matapos ang ikaapat o ikalimang tunog. May mga iba't ibang ideya siya tungkol sa mga lugar na hindi ko pa naririnig dati at sumang-ayon ako sa pangalan na natandaan ko mula sa listahan.

Ako'y tila napapaligaya at patuloy na nagmamasid sa paligid, umaasang may mga kasamahan kong biglang lumitaw, o sa pinto ng banyo. Kung mangyayari iyon, magpapalitan kami ng pangkaraniwang ngiti, "kumusta ka," "kumusta ang asawa mo," "kakabalik lang namin galing sa biyahe na 'yon," at "dapat mong puntahan ito at ito."

Minsan-minsan sila'y titingin kay Jude na nakasuot ng t-shirt ng banda at kitang-kita ang lahat ng kanyang mga tattoo. Hindi tugma ang hitsura niya sa lugar at wala siyang pakialam dahil ang pagsunod sa dress code at mga patakaran ay isang bagay na importante sa amin at hindi sa mga taong sa kanyang henerasyon.

Siya ay ipinanganak pagkatapos ng taon kung saan "dapat kang makiayon upang maging cool" ay naglaho at naging "ikaw na lang ang maging ikaw, at nirerespeto ko ang iyong mga gusto sa musika."

Ang pag-iisip na ito ang dahilan kung bakit hindi kailanman nagkokomento si Jude sa aking pag-inom ng pangatlong inumin samantalang hindi pa niya naaabot ang kanyang inumin.

Ang pagkikita namin nang ganito ay nauuwi sa isang kasanayan - siya'y tumatawag sa akin upang magtanong kung kumusta ako, kung nakauwi na ako nang ligtas, nagpapalitan ng mga biro tungkol sa mga galit na feminista at pulitika, sining at higit pa sa sining, mga bagay at mga pangalan na hindi narinig o wala nang oras ang iba kong mga kaibigan. Sa isang punto, nagtatanong ako sa sarili ko kung maaaring tama si Molly at siya ay baka bakla, hanggang sa isang gabi na siya ang nagdri-drive papunta sa aking bahay.

Ang mga ilaw ng kalye ay nagpapakita ng kanyang mga malalaking mata habang umuusad siya sa aking halimuyak ng whisky at ito'y isang pagsabog ng milyung milyong bituin sa itaas natin, nakatago sa likod ng mga itim na ulap, at ang mga patak ng ulan na tahimik na dumadagundong sa bubungan ng kanyang kotse.

Ito'y ang playlist ng mga kanta, nakalimutan na noong nagdaan, na naghahalo sa tunog ng lungsod, na unti-unting natutulog sa ilalim natin at naalala ko mayroong salitang Hungarian, isang pandiwa na naglalarawan ng mga ilaw, na nakalutang sa ibabaw ng isang palamuti, pero hindi ko ito maalala ngayon at alam kong hinayaan kong magkaligaw ang aking isip mula sa aking realidad dahil kailangan kong magising sa loob ng ilang oras.

"Ito ba ay isang bagay na pinag-isipan mo o ginawa mo lang ito sa biglaan?" Hindi siya sumama sa akin sa itaas dahil seryoso siya tungkol sa lahat ng ito.

at "Hindi ko nais na maging isa pang ligawang sandali." iyan lang ang kanyang sinasabi.

Sinusubukan kong pigilan ang pagtawa sa optimistikong pananaw na ito sa sitwasyon, dahil sigurado ako na naniniwala siya dito kapag sinasabi niya ito. Ito ang problema sa atin mga tao, madalas naming sinasabi ang mga bagay na maririnig na maganda at umaasa tayo na tuparin ang mga pangako.

Ngunit pagkatapos, ang nangyayari ay ang realidad mismo at ang mga bagay na nais nating makamit kahapon ay iba ngayon.

"Alam mo naman na mas matanda ako sa iyo."

Ang pinakamalakas kong argumento na sinagot niya ng pagngiti at "Oo, bakit ba iniisip mo ito?"

Dahil sa huli ay magiging kinakailangan nating pag-usapan ito, ako ay may kalayaan ng karanasan, ito lang ang natatanging advanced na kaalaman sa aking pag-aari.

Sinasabi nila na ang ating isip ay nasa simula kapag nasa dulo na, samantalang ako ay nag-iisip tungkol sa dulo bago pa man magsimula ang mga bagay. Ito ang paraan kung paano ako handa sa "Paumanhin, hindi na nagwo-work ito, marahil dapat tayong maghiwalay." Ito'y nakakatipid sa akin ng pagkabahala sa huli.

Alam ko iyan, ngunit sumasang-ayon pa rin akong makipagkita sa kanya ilang araw mamaya, at sa sumunod na linggo rin. Ngunit ngayon, hindi siya nag-iisa - hindi lang siya, ako, at ang takot ko na makasalubong ng kilala namin ang isa't isa.

Pinapalapit ako sa lahat ng kanyang mga kaibigan sa kanyang apartment. Ang lugar ay kataka-taka na malinis, lahat ay pinili nang maingat at iniisip ko - ang kanyang ina ang pumili ng mesa, ng mga upuan, o ng mga kurtina. Ang labis na kulay ay kalaban ng lasa, alam ito ng mga kababaihan. Ngunit pagkatapos ay nagpakita siya na mali ako, lahat ay napakastiloso dahil ang mga kulay na nakikita niya nang wasto ay abo, itim, o puti. Ang kanyang mga kaibigan ay kanyang edad, sila'y bata at matanda, ang aking henerasyon at ang nauna. Nag-uusap sila tungkol sa The Rolling Stones at The Beatles habang nag-aaway sila tungkol sa mga experimental na banda na wala akong alam. Nag-uusap sila tungkol kay Jordan Peterson at Elon Musk na may parehong kumpiyansa na pag-uusapan nila ang rap music at street art. Ang krisis ng pagkalalaki at bakit hindi tayo pumunta sa isang biyahe sa Venice na gayon na lang. Hindi sila nagtatago sa mga masamang gawain dahil ang pagiging straight edge ay ang bagong "mahalin ang iyong sarili." Sinisisi ko ang aking henerasyon dahil wala kaming internet, dahil wala kaming mga cool na magulang tulad ng kanila, at ang lahat ng alam ko ay hindi ako ang iba sa kanila. Hindi ako espesyal dahil sa pagdadala ng trendy na lipstick o sa pagiging vegan, sa pagkakapasok ng 8 oras na tulog sa loob ng 4 na oras.

Silang lahat ay masigla, ikaw ay mas matanda? Hindi naman mahalaga iyon, siya'y loko sa iyo, gusto mo bang sumama sa amin sa Naples sa susunod na linggo? at kinamumuhian ko ang sarili ko dahil sa pagseselos sa kanila.

Napapahiya ako kapag nag-order sila ng pizza at nauubos ang lahat habang hindi nila iniintindi kung gaano kadami ang kanilang kinain, at dahil ang tanging iniintindi ko ay ang pagkakaroon ng mga kamatis lamang sa aking pagkain at hindi nakikita ni Jude ang kulay nito at bakit patuloy akong nagtatanong kung ano ang hitsura ng mundo sa pamamagitan ng kanyang mga mata. Iniwan ko ang aking pagkain nang hindi natatapos at umaupo ng hindi mapakali sa natitirang bahagi ng gabi dahil walang nagyoyosi at ayaw kong laging pumasok at lumabas.

Matapos ang ilang oras, sinabi ko sa kanila na kailangan kong umalis dahil maaga akong matutulog. Nag-aalok siya na ibyahe ako pero tumanggi ako at sinabi ko sa kanya na magpapadala ako ng mensahe kapag ako ay nasa bahay na. Hinalikan ako ni Jude sa harap ng kanyang mga kaibigan - walang pakialam ang lahat, dahil mas higit sila sa mga bagay na iyon, isang hakbang mas mataas sa ebolusyonaryong hagdan ng kahusayan sa emosyonal kaysa sa aking henerasyon.

Tumawag ako sa isang lalaking aking nakakilala nang walang sadya, ngunit hindi niya sinagot, natuklasan ko na iba ay nag-block na sa akin, siguro ay may kasalanan na, tinawagan ko ang isa pang numero at wala akong nakuha na tugon.

Sa wakas, sumagot si Jake at ito'y mas pamilyar. Nakikinig ako sa kanyang mga biro na hindi nagbago mula noong siya ay dalawampu't isang taong gulang at mahal ng mga babae noon, ang mga babae na siya'y sinusubukan niyang i-pick up sa mga bar ay natatawa na ngayon sa iba't ibang bagay. Tinataglay ko ang walang katapusang monologo - ang mga monologo ng mga lalaki sa kanilang mga kwarenta na hindi kailanman nag-asawa, sapagkat iniibig nila ang kanilang kalayaan na sinasabi ng alas-2 ng madaling-araw sa murang kuwarto ng hotel na ang paninigarilyo sa loob ay pinapayagan pa rin.

Nagkakalap ako ng aking mga damit kapag tuluyang natulog itong lalaking ito at umuwi ako. Nasa kalsada na ako nang magtangkang magsindi ng huling sigarilyo sa aking kahon at tumingin sa langit.

Iniinhale ko at ang asul na hangin ay dumadaan sa aking lalamunan, na gumigigil dito, pagkatapos ay bumababa sa aking mga baga upang manatili roon magpakailanman. Halos mag-a-dawn na, ang oras kung kailan ang itim ay nagiging asul, nagiging lila, at pagkatapos ay nagiging rosas sa mga gilid. Ang bagong kulay ay kumakapit hanggang sa lubusang lamunin ang dilim at pagkatapos ay iniuuga ang araw. Ito'y nangyayari nang mabilis, kaya hindi ako makapikap. Giniginaw ako - ang paraan kung paano ka giniginaw kapag hindi ka natulog buong gabi at ang iyong mga mata ay puno ng buhangin. Ang salitang Hungarian na sinubukan kong tandaan ay aranyhíd.

Sinabi sa akin ng isang tao na ibig sabihin nito ay "singsing ng sikat ng araw." Ito ay sa isa sa mga mga usapin na nagaganap ng madaling-araw sa paradahan ng bar kapag ang mga ilaw ay nag-on at hindi ka pa masyadong lasing upang umuwi, ngunit hindi sapat na malasing para tawagin itong wakas.

Ang aranyhíd ay ang "koneksyon" ng dalawang baybayin ng isang ilog na alam na hindi sila pwedeng magsama, pero patuloy pa rin na sinisikap na mangyari ito."

Sila ang mga talunan, iyon ang iniisip ko noon, ngunit ako ang talunan ngayon. Dahil nakita ko ang mensahe mula kay Jude na nagsasabing "Nakauwi ka ba ng ligtas?"

At sinagot ko iyon ng isang oo na may tatlong oras na pagkaantala.

***

"Bakit pula ang buhok mo?"

Si Emma ay nakatingin sa akin ng parehong paghatol na tingin na ibinibigay sa iyo lamang ng mga bata at mga taong walang tahanan.

"Hindi mo ito gusto?"

Tanong ko sa kanya at siya'y naguguluhan na tingnan ako. Sa sandaling iyon, alam kong hindi ko masasagot ang mga tatlong o apat na taong gulang tulad ng pagsagot ko sa mga matatanda.

"Ang ganda mo."

Iniligtas ako ni Molly mula sa awkward na sandali kasama ang kanyang anak nang yakapin niya ako at halikan sa pisngi. "Ang ganda mo rin."

Sinabi ko iyon dahil dapat ko itong sabihin at siya ay labis na tuwang-tuwa.

"Kakatapos ko lang ng training na ito! Salamat. Gusto mo pa ng wine, by the way?"

Totoo nga na ang mga baby shower ay nagaganap sa mga hapon, ngunit hindi nangangahulugang iniinom natin ang tsaa. Naririto ang karamihan sa aking mga kaibigan, nag-uusap sila tungkol sa mga utang, ang kanilang ika-limang beginner yoga class na kanilang sinalihan, "Madali lang para sa akin na mawala ang timbang pagkatapos ng unang baby, pero sa pangalawa ay imposible," at napapaisip ako kay Jude. Iniisip ko na ngayon na tatawagan ko siya pagkatapos matapos ito at sasabihin

"May pinakaboring na mga kaibigan ako sa buong mundo."

At sasabihin niya,

"Talaga? Sabihin mo pa sa akin tungkol sa kanila."

Ngunit kapag dumating ang oras na makita siya, hindi ako magkukwento ng marami. Ginagawa ko ito dahil pinapaniwalaan ko ang sarili ko na mas kawili-wili ako kapag mas kaunti ang nalalaman niya tungkol sa akin. Nahuhulog ka sa isang tao kapag nakilala mo sila at tumitigil ka sa pagmamahal kapag masyado mo na silang kilala, at mga aral na natutunan ko mula sa mga aklat at sa buhay. At pagkatapos ay pakikinggan ko siya. Magsasalita siya tungkol sa kanyang sining at magugustuhan kong pakinggan ang lahat. Ito ang kasiyahan na nakasulat sa kanyang mukha, sa kanyang tinig at salita, at walang mas kaakit-akit sa mga iyon. Makikita mo ang iyong kasintahan na gumagawa ng kanyang hilig, kumikislap ang kanyang mga mata, na nagdudulot sa iyo ng lalo pang pagkahumaling sa kanya.

Kapag nagsasalita si Jude tungkol sa kanyang sining, ako ay isa sa mga babae sa mga manonood ng isang konsiyerto ng isang banda at nakatitig sa kanya nang malawakan ang mga mata.

At maaaring titingin siya sa akin. Ngunit ang koneksyong iyon ay hindi nagtatagal nang matagal, dahil hindi mo maaaring tinitigan ang isang tao nang sobrang haba, kailangan mong tumingin sa iba, kung hindi ay nawawala mo ang iba pang bahagi ng mundo.

Wala sa mga kaibigan ko ang nagtatanong tungkol kay Jude dahil nakalimutan na nila siya. Sa kanilang mga isip, ako ang kaibigang hindi magkakaroon ng isang relasyon. Lahat tayo ay mayroon, sa buhay ko ako iyon. Ngunit kahit sa lahat ng inaasahan, pagkatapos ng sunud-sunod na mga petsa, pagkikita sa mas marami niyang mga kaibigan, mga pagsasalarawan, at maikling paglalakbay, siya'y nagtanong, "Pwede ba nating subukan na maging magkasama?" at sinabi ko ang oo.

Simula noon, regular na kong nakikipagkita kay Jude. Ipinabaliktad niya ang lahat ng aking mga plano, at ang lahat ay masyadong maganda. Walang sino mang makatitiis niyan. Hanggang isang araw, mangyayari iyon. May isang pag-asa na mailalabas ko ang aking sarili. Alam ko ang katapusan ng kuwento mula sa simula pa lamang, hindi ako nagkakamali.

Naghintay ako hanggang siya'y pumasok sa banyo at nakinig hanggang magsimulang tumakbo ang tubig. Napapatingin ako sa madilim na screen habang lumilipat ako sa kanyang bahagi ng kama. Bukas ang TV at ang mga eksena ay mabilis na nagpapalit sa harap ko nang tignan ko ulit ang telepono at makita itong nandoon pa rin, isang patay na bigat sa marupok na mesa sa tabi. Magaling na umaabang ako rito, parang sinusundan ko ang isang buhay na bagay. May sumasalaksak na tunog na sumadsad at bumagsak nang malakas sa sahig ng banyo at nagmura siya. Ang puso ko ay kumakabog at huminto ako. Nakikinig.

"Okey ka lang?"

"Oo, nabasag ko lang ang isang bagay."

Napatigil sa ere ang aking kamay, walang hawak, at ang aking puso ay nagmamadali nang malakas na hindi ako sigurado kung siya'y bumagsak ng isang bagay doon muli, o ako'y nakakarinig ng mga bagay. Sinunggaban ko ang telepono, nag-iikot ang paningin. Pagkatapos, ang aking mga mata ay nakatutok sa saradong pinto, handang makita siya una kung kanyang bubuksan ang pinto at makakita sa akin na nakamasid sa kanya na may hawak na kanyang telepono. Pinindot ko ang button ng pagbubukas ng screen, nag-iisip na ng mga ideya para sa password at natuklasan kong wala ito. Kumilos ang aking mga daliri sa screen nang mabilis tulad ng pagtibok ng aking puso at ginawa ko ang pinakamababa.

Sinuri ko ang kanyang mga mensahe; karamihan ay mga mensahe mula sa kanyang mga kaibigan. Ang kanyang ina, ang kanyang mga kasamahan, si Billy, marami pa mula sa mga kasamahan. Nakita ko ang isang pangalan ng babae, at mabilis kong pinabilis ang aking pagtibok. Binuksan ko ito at natuklasan kong ito ay kanyang kapatid na babae.

Patuloy akong nag-scroll, at alam ko na nauubos na ang oras kapag natagpuan ko sa wakas ang isang pangalan na aking narinig dati at mas kilala ko kaysa sa isipin na ito ay isang kamag-anak.

Amélie

Ang Pranses na artista sa larangan ng pagkuha ng mga larawan na nakilala niya sa isa sa kanyang mga biyahe sa Tunisia.

Ako'y naging tagumpay.

Ang lahat ng aking pag-aalinlangan at paghihinala ay napatunayan, ito ang sandaling hinihintay ko. Ito ang aking tagumpay kung saan maipagmamalaki ko na mayabang na sabihin, "Alam ko na." Alam ko ang plot, nakita ko na ang lahat ng ito dati. Ito ang labis na ginagamit na trope sa buhay kung saan ang perpektong lalaki sa panlabas na anyo ay hindi mapupunta sa sinuman. Mas mahal niya ang kanyang kalayaan kaysa sa anuman. Bukod pa rito, ibinabahagi ni Amélie ang kanyang mga hilig, pinapalamutian ang kanyang paghahangad para sa isang patuloy na hamon sa likas na sining ("Sigurado akong magugustuhan mo ang kanyang mga gawa, mas magaling siya sa akin").

Ako'y makapangyarihan, ang nagtataglay ng kanilang munting lihim; ang "sinabi ko na." Binuksan ko ang usapan upang makita na ito ay may petsa na mula sa isang matagal na panahon na, nag-usap sila tungkol sa trabaho, mga biyahe, at mga kaibigang kapwa nila kilala, at pagkatapos, nagsalita siya tungkol sa akin.

"Organisado ako ng isang exhibit, at sinasabi ni Iris na dapat kong gawin iyon."

"Si Iris at ako...."

"Iyong Iris na iyon...."

"Iyong Iris na iyon...."

"Nandodoon siya, ipapakilala kita sa wakas."

May naririnig akong ingay na nanggagaling sa likod ng pinto at mabilis kong isinara ang telepono. Inilagay ko ito sa tamang lugar - bagamat walang sinuman ang nagtatanda kung paano nila iniwan ang kanilang telepono - at bumalik sa aking pwesto.

Nanginginig ang aking mga kamay, ito ang ligaya at adrenalinang lalong tumataas habang unti-unting humuhina ang tunog ng tumatakbo ng tubig at kumuha ako ng remote control. Lumipat ako sa susunod na channel at tumingin sa screen nang siya'y lumitaw sa pintuan, pinupunasan ang kanyang buhok. May hiwalay na tuwalya siya para sa kanyang buhok at katawan.

"Ah, nanonood ka...."

Ginawa niya ang mukha na may kibit ngiti sa screen.

Nanonood ako ng isa sa mga walang-katapusang romantic comedies kung saan palagi itong Pasko.

"Oo, hindi naman masama." Kaway-kaway ko ang kamay ko, patuloy na hawak ang remote control, dahil nagbibigay ito sa akin ng kakaibang kahulugan ng katatagan, at ngumiti ako sa kanya, ang mga labi ko ay pumapalibot na parang manipis na guhit. Galit ako - sa kanya at sa kanyang patuloy na tagumpay sa pagkasira ng mga pagkakataon kong patunayan sa sarili na pareho kaming nasasayang ang oras sa relasyong ito.

***

Nanginginig ang aking mga daliri sa kahabaan ng bulsa ng aking kaban, upang sa wakas ay matagpuan ang kahon ng sigarilyo. Nag-iisang ngunit malakas na nag-uumapaw ang niyebe, at ang ilaw mula sa loob ng mararangyang silid ay nagbibigay-kulay sa mga patak ng niyebe na umaambon, na parang isang magandang pagsabog ng gintong pabuhaghag. Sinindihan ko ang aking sigarilyo at tiningnan ko sa loob. Isang pagsabog ng kilos, kalituhan, at ginto ang aking nakita sa galeriya. Ang alam ko lang ay hindi niya makikita ang kahumalingang ito tulad ng ating pagtingin sapagkat hindi niya nakikita ang kulay-pula. Natatangi kong napapansin ang pinakamaliit na detalye, samantalang ang makikita ng iba sa loob kapag nagtinginan sila sa mataas na mga bintanang Pranses ay ang mga madilim na anino ng mga naglalakad. Itim na mga mantsa, natakpan ng malabong ilaw ng mga ilaw sa kalye.

At ako. Subalit wala ni isa mang tumingin sa akin, sapagkat abala sila sa iba. Nakapaligid sila sa kanya - ang kahalagahan ng gabi.

Siya'y maluwang na ngumingiti, tinatanggap ang mga pagbati at hawak sa balikat, binibigyan siya ng kasiyahan ng iba't ibang tao na may kanilang champagne, at siya'y tumatanggap ng tubig sapagkat hindi siya umiinom - at pinasya kong tapusin muna ang aking sigarilyo bago ako pumasok.

Huminga ako ng malalim at doon ko siya nakita.

Amélie. Siya'y napakaganda, tulad ng anumang ibang babaeng nasa kanyang edad. Tulad ng anumang ibang babae sa kanyang edad.

Nakatayo ako roon, ang sigarilyo ay nasusunog sa pagitan ng aking basang mga daliri, at nadarama ko na ang kaban na suot ko ay basang-basa na sa malalakas na pagbuhos ng niyebe. Ang kintab ng kagandahan ay nagiging hindi komportable. Tumingin ako sa kanya, sa kanyang sariwang mukhang kabataan, na sumasalamin sa ngiti sa kanyang pula at makintab na mga labi. ("Kapag ang isang pula ay masyadong matingkad, paminsan-minsan ay nakikita ko ito"). Silang lahat ay tila nabibilanggo doon - isang grupo ng mga taong may parehong pag-iisip, na pinagdaraanan ang mga katulad na bagay sa kanilang buhay.

Ang pagmamasid sa kanila ay pakiramdam na nawawalan ka ng tren dahil nalate ka, samantalang ang lahat ng iyong mga kaibigan ay nasa loob na, at dapat sana ay magkasama kayong magbabakasyon. Kaya't sinisikap mong habulin, nagmamadali kang tumakbo papunta sa napakalaking umuugong na metal na halimaw, at tinatawag ka nila -

"Sige na, bilisan mo! Kaya mo pa!"

Ngunit hindi mo kaya. Dahil lumalakas ang takbo ng sasakyan, habang ang iyong mga paa ay nagiging lalong mabigat at mabigat, hanggang hindi ka na makatakbo; hanggang sa ang distansya ay waring walang hanggan, iniwan kang nag-iisa sa mga riles habang ang tren ay lumulubog kasama ng kahorasan.

Nasa kalahati ako ng aking sigarilyo nang makita kong kumuha siya ng kanyang telepono at natanggap ko ang mensaheng

"Pupunta ka ba?" nang maikli.

Isinuksok niya ang telepono sa bulsa ng kanyang amerikana nang hindi siya makatanggap ng tugon, at kinuha siya ni Amélie sa pamamagitan ng kamay upang ipakilala sa isang taong sigurado akong nakita ko na dati sa isang magasin.

Pinatay ko ang sigarilyo at sinulat ko

"May biglang nangyari. Patawad talaga." Ang mga patak ng niyebe ay umaapaw sa aking screen, nagiging malabo ang aking paningin ngunit nagawa ko pa ring magdagdag ng "Magandang suwerte ngayong gabi."

Gumawa ako ng isang hakbang paatras, sinundan ng isa pang hakbang habang sila'y nawawala sa loob ng hall.

****

Puti Ng Acadia

Kalungkutan - pangngalan, isang tao na mayroong kakulangan ng mga kaibigan o kasama; malungkot na emosyonal na reaksiyon sa naramdamang pag-iisa, madalas na nauugnay sa hindi nais na kakulangan ng koneksyon o intimacy.

Ang mga sanhi ng kalungkutan ay iba-iba - kasama rito ang mga sosyal, mental, emosyonal, at kapaligiran na mga salik.

Tingnan din: kalungkutan, pag-iisa, kawalan. Kawalan ng laman.

Ang iyong depinisyon ng salitang ito ay ang pagnanais na matunaw sa kalangitan, ulan, sahig, at higaan.

07:46, Linggo

Ang namumuong umaga ay napuno ng amoy ng mga sigarilyong nasindihan kagabi at ng luma nang alak sa iyong baso. Inaalalahanin mo sa iyong sarili na oras na upang huminto sa paninigarilyo, o hindi naman kaya'y hindi gaanong madalas.

Sa huli, kapag bumangon ka na, tumingin ka sa lababo at nakita mong lahat ay napapalibutan ng puti doon. Ang buong mundo ay tila huminto - isang magandang at mapayapang piraso ng lupa, at ikaw - nagngingitngit ka rito.

Ngunit iyon ay sapagkat mula sa kinaroroonan mo, ang mga bagay ay hindi na gaanong maganda. Lahat ay tila baluktot at ang lahat ng bahagi ng mundo ay nabago - ang sansinukob ay isang masamang kopya ng isang nabubuhay at humihinga na larawan ni Picasso.

Isinara mo ang iyong mga mata - ayaw mong tingnan ang kahindik-hindik na mga bagay na iyon.

At doon nangyayari ang lahat.

Ang iyong subconsciousness ay kumakalabog sa kanya mula sa ilalim ng mga tawanan at mga kuwentong ipinapalitan; siya ay nasa ilalim ng mga kalsadang pinagsasadyahan at ng mga pakikipagsapalaran na inyong pinagsaluhan; nabubuhay siya sa ilalim ng mga araw at mga gabi na inyong pinagsamahan.

Una mong nakikita ang kanyang mukha.

Sumusunod ay ang kanyang tinig.

Nakaupo siya sa tabi mo, nagsasabi ng isang bagay sa iyo.

Nagsasalita kayo tungkol sa buhay bilang isang imahinasyon na panaginip at isang posibleng utopia, tumatawa kayo sa lahat at sa lahat ng tao. Wala pang ibang tao sa labas na mas kilala ka kaysa sa kanya. Ikaw bilang isang hiwalay na entidad at ikaw bilang pareho ninyo ay parehong mga bagay. Hindi ibinabahagi ng wika ang pagkakaiba sa pagitan ng mga iyon.

Hindi mo rin ibinabahagi.

Inililingon mo ang katawan mo. Hindi siya gumagalaw at ang kanyang katahimikan ay masakit na kaakibat ng iyong palakpak na puso.

"Paumanhin. Hindi ko talaga kaya,"

Isang pagsasalita na natatangkang isalita.

Isang paumanhin.

Isang posibleng kasinungalingan.

"Mia ang nakakita ng aking telepono, hindi ko alam kung paano at..." patuloy niyang ginagawa ang mga mangmang at duwag na mga dahilan na lubos mong kinamumuhian hanggang sa siya'y dumating sa pinakamasama:

"Hindi ko na gusto siyang masaktan pa."

"Mia, anong magandang pangalan," sinasabi mo sa iyong sarili. Iyon ang unang pagkakataon na tawagin niya ito sa kanyang pangalan sa harap mo.

Ibig sabihin, may pangalan siya. Ibig sabihin, hindi lamang kayong dalawa ang kasama. May isang siya rin.

Kaya't humiwalay ka sa kanya, sinisikap mong maalala kung kailan naging iba na ang atraksiyon sa pagitan ninyo - kung kailan ito lumaki at naging mas malaki at malakas.

Kailan nga ba ang eksaktong sandali kung saan ang hindi pagkakasundo ay naging poot at ang mga hangganan sa pagitan ng mga emosyon ay naglaho? Kailan naghalo ang mga damdamin sa isang bagay na hindi kilala, hindi pamilyar, at bago?

Hindi mo maalala kung saan nagtatapos ang pag-ibig at saan nagsisimula ang poot. Sinabi ng isang aklat na ang kaligayahan at kalungkutan ay nasa parehong emosyonal na sirklo.

Malamang, tumutukoy ito sa lahat ng emosyon. Ang isang tali ay may dalawang dulo.

Kahit ano pa. Matagal na iyon, sa anumang paraan.

Binuksan mo ang iyong mga mata at pinatay ang kapehan. Pagkatapos ay pumunta ka sa banyo, at sa sandaling iyon na pinatay mo ang mga ilaw, isang malaking ipis ang tumalon mula sa madilim na kawalan at tumakbo pataas ng pader. Kumapit ito sa isang butas ng gripo nang napakabilis na hindi mo man lang ito nasubukan hulihin.

Iniisip mo kung naglakad na ba ito sa buong lugar. Bumalik ka sa kusina para sa kape kung saan ang vibrasyon ng telepono ay bumabasag sa katahimikan, ngunit ang tunog ay nagmumula mula sa mga kapitbahay sa itaas. Ang katotohanan na hindi mo alam kung nasaan ang iyong telepono ay hindi mahalaga.

Kahit ano na lang.

Mayroong isang bagay tungkol sa kalungkutan, at iyon ay ang salitang ito ay may iba't ibang depinisyon sa lahat ng diksyunaryo at iba't ibang kahulugan para sa lahat ng mga bumabasa nito.

Sa iyong kaso - ang kalungkutan ay tumitingin sa mundo sa pamamagitan ng maruming bintana mo, nakatutok sa mga bata na naglalaro sa labas at iyon ay palaging nagpapalungkot sa iyo.

Kung ang hindi kasiyahan ay ang taglamig tulad ng sinabi ni Steinbeck, marahil ang kalungkutan ay ang iyong Disyembre. Ang kalungkutan ay pagpunta sa supermarket mag-isa, nagsho-shopping para sa isa. Palagi para sa isa.

"Sige na nga," bulong mo sa katahimikan ng taglamig na lamig at kinuha ang iyong kaban.

Naubusan ka ng gatas at malamang na kailangan mo ng bagong toothbrush.

Ang Buong Mundo Ng Narito

Isang malalakas na pagsabog ng kulay kahel at dilaw, at rosas, at berde, ay kumalat sa kulay-umuusok na asul ng langit ng tag-araw. Ang mga kulay ay nagliliwanag at naglilipatan habang ako'y naglalakad sa pagitan ng mga tindahan sa palengke sa di-kapani-paniwalang init. May isang lalaki na nakaupo sa ilalim ng ninakaw na kaharap ng lilim ng isang mataas na puno ng olibo. Ang lilim ay nagtatapon ng mga dahon nito sa kanyang mukha ngunit hindi maikubli na ang kanyang mga mata ay iba. Isa - tulad ng asul sa itaas. Ang isa pang mata - nanakawin ang mga kulay ng hilaw at malambot na lupa na kanyang kinatatayuan. Isang kakaibang kombinasyon ng mga subtilye na kahindik-hindik tulad ng mga kulay ng mga pampalasa na ibinebenta ilang metro ang layo sa kalye.

Ang buong mundo ng narito ay nakasulat sa mukha ng taong ito. Siya'y huminto, saka tumayo at kinuha ang kalahating basong orange juice na itinapon ng isang turista para bumili ng tiket sa museum na matataas sa kabila. At nagtatanong ako kung naroon na ba ang taong ito - sa kumikinang na bagong gusali na tila hindi nababagay sa gitna ng lumang palengke. O ang taong nagdadala ng mundo na ito ay maaaring kunin lamang ang natira ng mga nauna sa kanya?

Mga Daang Karbon

Tatlumpu't apat

Tatlumpu't anim

Apatnapu't dalawa

Limampu't walo.

Halos umabot ako ng isang daan. Binibilang ko ang mga mata ng mga street lamp na nakasabit sa itaas ko at nagsisilbing sumisilip habang ako'y nagmamaneho sa mga nababasaang mga kalsada sa isang malamig na Disyembre, tatlong araw bago ang Pasko at apat na araw bago ang katapusan ng mundo.

Pupuntahan ko, ang dilaw na guhit na naghihiwalay sa kalsada ay unti-unting nawawala, hanggang sa tuluyan itong mawala, sapagkat ito ang nagagawa ng niyebe - ito'y lubos na naglilipat ng lahat hanggang maging isang malayong nakalimutan na mga labi ng isang bagay na marahil noong una ay umiral, kaya't itinigil ko na ang pagmamarka nito.

Ang pupuntahan ko ay isang lugar na umiiral sa mapa ngunit bilang isang dayuhan at bilang isang tuldok lamang.

Ito ay isang lugar kung saan hindi tayo

hindi ka

hindi kami

hindi ako

ang ibig sabihin ng anuman.

Sa lugar na pupuntahan ko, ang kalsada ay mananatiling gaya pa rin - madulas at di pantay, at ang lamig ay mananatiling nakik reflected sa mga mukha ng mga taong naglalakad. Ang taglamig ay mananatiling hindi kasiyahan at ang mga tao - higit na mga tanga kaysa tao.

Lahat ay mananatiling ganap na magkapareho.

Tanging wala ka.

Tungkol sa May-Akda

Evgeniya Dineva

Si Evgeniya Dineva ay isang bi-linggwal na makata mula sa Bulgaria. Ang kanyang mga akda ay lumalabas o inaasahang ilalabas sa mga pahayagan tulad ng Ethel, Asian Cha, The Hong Kong Review, at iba pa.

Inaasahan ang kanyang unang aklat ng tula na may pamagat na "Animals Have No Fathers" sa mga susunod na buwan ng taong ito.

www.ingramcontent.com/pod-product-compliance
Lightning Source LLC
LaVergne TN
LVHW041536070526
838199LV00046B/1693